മനഃശ്ശക്തി

AS A MAN THINKETH BY JAMES ALLEN
എന്ന ഗ്രന്ഥത്തെ അടിസ്ഥാനമാക്കി രചിച്ചത്

സുബിൻ ജീനിയസ് ട്രെയിനേഴ്സ്

ISBN 979-888555668-2

എല്ലാവർക്കും ഇത് സമർപ്പിക്കുന്നു

ഉള്ളടക്കം

മുഖവുര

കുമാരനാശാനും മനഃശക്തിയും പിന്നെ ഞാനും

വളരെക്കാലം എനിക്ക് കുമാരനാശാൻ മലയാളം പാഠപുസ്തകത്തിലെ ഒരു കവിതയുടെ കർത്താവ് മാത്രമായിരിന്നു . മറ്റു പലരെയും പോലെ പരീക്ഷക്ക് എഴുതാനുള്ള ഒരുത്തരം എന്നതിൽ മാത്രം ഒതുക്കി നിർത്തിയ ഒരാൾ. ഒരു ഭാഷാ വിശാരദൻ അല്ലാത്തതിനാൽ തന്നെ കവിതകളോട് വലിയ പ്രതിപത്തിയും ഇല്ലായിരുന്നു.

ജീവിതയാത്രയുടെ ഏതോ തിരുവിൽ മനസ്സെന്ന പദവുമായി തുടങ്ങിയ പ്രണയം ഇന്നും മുടങ്ങാതെ തുടരുന്നു. ആ യാത്രയിൽ മനശ്ശാസ്ത്രവും, മനഃശക്തിയും എല്ലാം ഇണങ്ങിയും പിണങ്ങിയും കൂടെ തന്നെ ഉണ്ട് . ഈ വിഷയവുമായി ബദ്ധപ്പെട്ട പുസ്തകങ്ങളെ തേടിയപ്പോഴാണ് James Allen നെ ആദ്യമായി പരിചയപ്പെടുന്നത്. As A Man Thinkth എന്ന ചെറുപുസ്തകത്തിലൂടെ. വളരെ ചെറിയ പുസ്തകം ആണെങ്കിലും അതിന്റെ മൂല്യം അതിന്റെ തൂക്കത്തിന്റെ 100 മടങ്ങിൽ അധികം തങ്കത്തിലും കൂടുതൽ ആണ് എന്ന് മനസ്സിലാകണമെങ്കിൽ പൂർണമായും വായിച്ച് മനസിലാക്കി പ്രാവർത്തികം ആക്കണം.

As A Man Thinkth എന്ന ഗ്രന്ഥം എനിക്ക് കൂടുതൽ അദ്ഭുതം ആകുന്നത് അത് പ്രകാശിതമായത് 1903 ലാണ് എന്നതാണ്. ഏകദേശം 120 വർഷം മുമ്പ്. ലോ ഓഫ് അട്രാക്ഷൻ എന്ന പദം പ്രചാരത്തിലാകുന്നതിന് വളരെ മുമ്പ് , Secret എന്ന ലോക പ്രശസ്ത ചലച്ചിത്രം ആരുടെയെങ്കിലും ചിന്തയിൽ പോലും വരുന്നതിന് മുമ്പ്, പോസിറ്റീവ് സൈക്കോളജി എന്ന പദം കേട്ടുകേൾവിപോലുമില്ലാതിരുന്ന

കാലത്ത്, മൈൻഡ് ബോഡി മെഡിസിൻ വരുന്നതിനും വളരെ മുമ്പ്, മസ്തിഷ്ക തരംഗങ്ങളെ അളക്കാൻ കഴിയുന്ന EEG കണ്ടെത്തുന്നതിനും മുമ്പ്.

ഇന്ന് വളരെ പ്രചാരം നേടിക്കൊണ്ടിരിക്കുന്ന പോസിറ്റീവ് സൈക്കോളജി യുടെ അടിസ്ഥാന സങ്കല്പം ജെയിംസ് അലൻറെ ഗ്രന്ഥത്തിൽ നമുക്ക് കാണാം. ലോ ഓഫ് അട്രാക്ഷൻ എന്ന് പേര് പറയുന്നില്ലെങ്കിലും അടിസ്ഥാനപരമായി അതുതന്നെ യാണ് ഈ ഗ്രന്ഥത്തിലുള്ളത് . അനാവശ്യ തൊങ്ങലുകൾ ഇല്ലാതെ, മോഹന വാഗ്ദാനങ്ങൾ ഇല്ലാതെ, അനാവശ്യ വലിച്ചുനീട്ടലുകൾ ഇല്ലാതെ കാര്യമാത്രപ്രസക്തമായ ഈ ഗ്രന്ഥം കാലാതീതമായ ചുരുക്കം ഗ്രന്ഥങ്ങളിൽ ഒന്നാണ്.

പരീക്ഷയെഴുതിയതിനു ശേഷം ഒഴിവാക്കിയ കുമാരനാശാൻ പിന്നെ ജീവിതത്തിൽ കയറി വരുന്നത് മനശക്തിയുടെ രൂപത്തിലാണ്. എകദേശം 30 വർഷങ്ങൾക്ക് മുമ്പ് . ആത്മാന്വേഷണത്തിൻറെ ഭാഗമായി പല ധ്യാന രീതികളിലൂടെയും കടന്നു പോകുന്ന സമയം . വളരെ യാദൃച്ഛരികമായി ഒരു ധ്യാന കേന്ദ്രത്തിന്റെ നടത്തിപ്പുകാരനായിരുന്ന വ്യക്തിയിൽ നിന്നാണ് കുമാരനാശാൻറെ മനശക്തി എന്ന ഗ്രന്ഥത്തെ കുറിച്ചറിയുന്നത്. ഏതാണ് ഈ കുമാരനാശാൻ എന്നതായിരുന്നു എന്റെ ആദ്യ ചോദ്യം. പണ്ട് പരീക്ഷയോടെ ഉപേക്ഷിച്ച കുമാരനാശാൻ തന്നെ യാണ് മനശക്തിക്ക് പിന്നിൽ; എന്നറിഞ്ഞപ്പോൾ വളരെ അദ്ഭുതം. ധ്യാന കേന്ദ്രത്തിൽ ഉണ്ടായിരുന്നത് ഒരു ഫോട്ടോ കോപ്പി ആയിരുന്നു. അതിന്റെ ഒരു കോപ്പി എടുത്ത് വായിച്ചപ്പോൾ ആണ് മനസിലായത് James Allen ൻറെ ഗ്രന്ഥത്തിന്റെ വിവർത്തനം ആണെന്ന് മനസിലായത്.

കുമാരനാശാന്റെ തൂലികയിൽ വിരചിതമായ മനശക്തി എന്തുകൊണ്ടോ വേണ്ട പ്രചാരം നേടിയില്ല എന്നാണ് എന്റെ തോന്നൽ. ഇന്നത്തെ കാലത്ത് വളരെ പ്രസക്തമായ ഈ ഗ്രന്ഥം പ്രസിദ്ധീകരിക്കാൻ മുന്നോട്ടുവന്ന xxxxx

പ്രസാധകർ പ്രത്യേകം അഭിനന്ദനം അർഹിക്കുന്നു. കാലപ്പഴക്കം കൊണ്ട് ചിലഭാഗങ്ങളിൽ ഉണ്ടായ ചില അവ്യക്തത, മൂല ഗ്രന്ഥമായ As A man Thinkth ഉം ആയി താരതമ്യപ്പെടുത്തി തത്തുല്യ പദങ്ങൾ ഉൾക്കൊള്ളിച്ചുകൊണ്ട് പരിഹരിച്ചിട്ടുണ്ട്.

എങ്ങനെയെങ്കിലും വായിച്ചുതീർക്കേണ്ട ഒരു ഗ്രന്ഥമല്ല ഇത്.

കുറച്ചു വായിക്കുക,

കൂടുതൽ ചിന്തിക്കുക ,

വളരെ കൂടുതൽ പ്രാവർത്തികമാക്കുക

ഇത്തരത്തിൽ സമയമെടുത്തു വായിക്കേണ്ട ഒന്നാണിത്. ഒരു നിത്യപാരായണ ഗ്രന്ഥമായി മാറണം .

ഒരുവർഷം എല്ലാ ദിവസവും നിങ്ങൾ ഈ ഗ്രന്ഥവുമായി ഇടപഴകു   . നിങ്ങളുടെ ജീവിതത്തിൽ ശാന്തിയും സമാധാനവും അഭിവൃദ്ധിയും നിറയുന്നത് നിങ്ങൾക്ക് കാണാം.

പ്രിയ വായനക്കാർക്ക് നന്മകൾ നേർന്ന് കൊണ്ട്

സുബിൻ ജീനിയസ് ട്രെയിനേഴ്സ്

1

കുമാരനാശാൻ ഒരു ലഘു ജീവചരിത്രം

മലയാളത്തിൻറെ സ്നേഹഗായകൻ എന്നറിയപ്പെടുന്ന കുമാരനാശാൻ ഭൂജാതനായത് 1873 ഏപ്രിൽ 12 നാണ് . ആധുനിക കവിത്രയത്തിലൊരാളായ കുമാരനാശാൻ ചിറയിൻകീഴ് താലൂക്കിൽ അഞ്ചുതെങ്ങ് ഗ്രാമപഞ്ചായത്തിൽ കായിക്കര ഗ്രാമത്തിലെ തൊമ്മൻവിളാകം വീട്ടിലാണ് ജനിച്ചത്. കുമാരു എന്നായിരുന്നു അദ്ദേഹത്തിന് പേരിട്ടത്. മലയാളത്തിലും തമിഴിലും നിപുണനായിരുന്നു അച്ഛൻ നാരായണൻ പെരുങ്ങാടി. അമ്മ കാളിയമ്മ, ഈശ്വരഭക്തയായൊരു കുടുംബിനിയായിരുന്നു. പുരാണേതിഹാസങ്ങളിലൊക്കെ അവർക്കു നല്ല അവഗാഹമുണ്ടായിരുന്നു.

ഒമ്പതു മക്കളുള്ള കുടുംബത്തിലെ രണ്ടാമത്തെ മകനായിരുന്നു കുമാരൻ. ഏഴുവയസ്സായപ്പോൾ കുമാരനെ ഒരു കുട്ടിപ്പള്ളിക്കൂടത്തിൽ ചേർത്തു. തുണ്ടത്തിൽ പെരുമാളാശാനായിരുന്നു കുമാരൻറെ പ്രഥമഗുരു. സമർത്ഥനായ കുമാരു വേഗംതന്നെ എഴുത്തും കണക്കും പഠിച്ചു. എട്ടുവയസ്സായപ്പോൾ സംസ്കൃതപഠനവുമാരംഭിച്ചു. ഇതിനിടയിൽ കുമാരുവിന്റെ അച്ഛരന്റെയുംമറ്റും

പ്രയത്നത്താൽ അവിടെയൊരു പ്രൈമറി സ്കൂൾ സ്ഥാപിച്ചു. (ചക്കൻവിളാകം പ്രൈമറി സ്കൂൾ - കോയിൽത്തോട്ടം സ്കൂളെന്നുമറിയപ്പെട്ടിരുന്നു. ഇപ്പോളത്, ആശാൻ മെമ്മോറിയൽ ഗവണ്മെന്റ് എൽ.പി സ്കൂൾ കായിക്കര എന്നു പുനർനാമകരണംചെയ്യപ്പെട്ടിരിക്കുന്നു.) പതിനൊന്നാമത്തെ വയസ്സിൽ, കുമാരൻ ആ സ്കൂളിൽ ചേർന്നു. പതിനാലാമത്തെ വയസ്സിൽ, പ്രശസ്തമായ രീതിയിൽത്തന്നെ സ്കൂൾപരീക്ഷയിൽ വിജയിച്ചു.

പഠിച്ച സ്കൂളിൽത്തന്നെ, കുമാരൻ കുറച്ചുകാലം അദ്ധ്യാപകനായി ജോലിനോക്കി. സർക്കാർ നിയമപ്രകാരം അത്ര ചെറുപ്രായത്തിലുള്ളവരെ അദ്ധ്യാപകരായി നിയമിക്കാൻ വകുപ്പില്ലായിരുന്നതിനാൽ ആ ജോലി സ്ഥിരപ്പെട്ടുകിട്ടിയില്ല. അദ്ധ്യാപകജോലിയവസാനിപ്പിച്ച്, ചില സ്നേഹിതന്മാരോടൊപ്പംകൂടെ സ്വയം ഇംഗ്ലീഷ് പഠിക്കാനാരംഭിച്ചു. കിട്ടുന്ന പുസ്തകങ്ങളെല്ലാം കുമാരു വേഗം വായിച്ചുതീർക്കുമായിരുന്നു

വെറുതേയിരുത്തേണ്ടെന്നു കരുതി, അച്ഛരൻ മകന് കൊച്ചാര്യൻ വൈദ്യൻ എന്നൊരാളിന്റെ കടയിൽ കണക്കെഴുത്തു ജോലി സംഘടിപ്പിച്ചുകൊടുത്തു. കണക്കെഴുത്തുജോലിയിൽ ഏർപ്പെട്ടിരുന്നകാലത്തുതന്നെ കുമാരു കവിതയെഴുതാൻ തുടങ്ങിയിരുന്നു. പരവൂരിലെ കേശവനാശാൻ പ്രസിദ്ധീകരിച്ചിരുന്ന "സുജനാനന്ദിനി" എന്ന മാസികയിൽ കുമാരന്റെ രചനകൾ കുമാരു, എൻ. കുമാരൻ, കായിക്കര എൻ. കുമാരൻ എന്നീ പേരുകളിലൊക്കെ പ്രസിദ്ധീകരിക്കപ്പെട്ടുതുടങ്ങി.

ബാല്യകാലത്ത്, പലവിധ അസുഖങ്ങൾവന്ന് കുമാരു കിടപ്പിലാകുക പതിവായിരുന്നു. അങ്ങനെയിരിക്കേ, കുമാരന്റെ പതിനെട്ടാമത്തെ വയസ്സിൽ അസുഖംബാധിച്ചു കിടപ്പിലായിരുന്ന അവസരത്തിൽ, കുമാരുവിന്റെ അച്ഛേന്റെ

ക്ഷണപ്രകാരം, ശ്രീനാരായണഗുരു അവരുടെ വീട്ടിൽവരുകയും കുമാരുവിനെ തന്നോടൊപ്പം കൂട്ടിക്കൊണ്ടുപോകുകയുംചെയ്തു.

ശ്രീനാരായണഗുരുവുമായി പരിചയപ്പെട്ടത് ആശാന്റെ ജീവിതത്തിലെ വഴിത്തിരിവായിരുന്നു.. കുമാരുവിന്റെ സ്തോത്രകവിതകൾ ഗുരുവിനെ അത്യധികമാകർഷിച്ചു. ശൃംഗാരകവിതകളുടെ രചനകളിൽ ഇനി മുഴുകരുതെന്ന് ഗുരു കുമാരുവിനെയുപദേശിച്ചു.

ജീവിതകാലംമുഴുവൻനീണ്ടുനിന്ന, സുദൃഢമായൊരു ബന്ധത്തിന്റെ തുടക്കമായിരുന്നു അത്.

ഗുരുവിൻറെ നിർദേശപ്രകാരം ഇരുപത്തിനാലാമത്തെ വയസ്സിൽ ഉന്നതവിദ്യാഭ്യാസത്തിനായി, കുമാരനാശാൻ ബെംഗളൂരുവിലേക്കു പോയി പിന്നീട് മദ്രാസിലും കല്കത്തയിലും തന്റെ പഠനം തുടർന്നു.

1900 ആം ആണ്ടിൽ ശ്രീനാരായണഗുരുദേവന്റെ നിദേശാനുസരണം , കൊൽക്കത്തയിലെ വിദ്യാഭ്യാസമവസാനിപ്പിച്ച്, കുമാരനാശാൻ അരുവിപ്പുറത്തു മടങ്ങിയെത്തി. അരുവിപ്പുറത്തെ താമസത്തിനിടയ്ക്ക്, അദ്ദേഹം "മൃത്യുഞ്ജയം", "വിചിത്രവിജയം"തുടങ്ങിയ നാടകങ്ങളും, "ശിവസ്തോത്രമാല"തുടങ്ങിയ കവിതകളും രചിച്ചു.

ശ്രീനാരായണഗുരുവും ഡോ. പല്പുവും മുൻകൈയെടുത്ത് 1903 ജൂൺ 4-ന് എസ്.എൻ.ഡി.പി. യോഗം സ്ഥാപിതമായി. യോഗത്തിന്റെ സംഘടനാപരമായ ചുമതലകളർപ്പിക്കാൻ ശ്രീനാരായണഗുരു തിരഞ്ഞെടുത്തത് പ്രിയശിഷ്യനായ കുമാരനാശാനെയായിരുന്നു. അങ്ങനെ 1903ൽ കുമാരനാശാൻ ആദ്യയോഗം സെക്രട്ടറിയായി. ഏതാണ്ടു പതിനാറുവർഷക്കാലം അദ്ദേഹം ആ ചുമതലവഹിച്ചു. 1904ൽ അദ്ദേഹം എസ്.എൻ.ഡി.പി യോഗത്തിന്റെ

മുഖപത്രമായി, "വിവേകോദയം" മാസികയാരംഭിച്ചു.

1924 ജനുവരി 16-ന് പല്ലനയാറ്റിൽ റെഡീമർ എന്നുപേരുള്ള ഒരു ബോട്ടുമറിഞ്ഞുണ്ടായ അപകടത്തിൽ, കുമാരനാശാൻ അന്തരിച്ചു

.പ്രധാന രചനകൾ

വീണപൂവ്
   നളിനി
   ലീല
   ചണ്ഡാലഭിക്ഷുകി
   കരുണ
   ദുരവസ്ഥ
   പ്രരോദനം
   ബുദ്ധചരിതം
   സൗന്ദര്യലഹരി
   മനശക്തി
   ബാലരാമായണം

2

ജെയിംസ് അലൻ ഒരു ലഘു ജീവചരിത്രം

Jame Allen

ജെയിംസ് അലൻ 1864 നവംബർ 28 ന് ഇംഗ്ലണ്ടിലെ ലെസ്റ്ററിലാണ് ജനിച്ചത്. 1879 ൽ അദ്ദേഹത്തിന്റെ പിതാവ് ഒരു അപകടത്തിൽ പെട്ട് മരിച്ചുപോയതിനാൽ 15-ാം

വയസ്സിൽ ജെയിംസിന് സ്കൂൾ വിദ്യാഭ്യാസത്തോട് വിടപറഞ്ഞ് കുടുംബത്തിൻറെ ചുമതല ഏറ്റെടുക്കേണ്ടിവന്നു. 1890-കളിൽ പല ബ്രിട്ടീഷ് നിർമ്മാണ സ്ഥാപനങ്ങളിൽ പ്രൈവറ്റ് സെക്രട്ടറിയായും സ്റ്റേഷനറായും അലൻ പ്രവർത്തിച്ചു.

1893-ൽ അലൻ ലണ്ടനിലേക്കും പിന്നീട് സൗത്ത് വെയിൽസിലേക്കും മാറി, പത്രപ്രവർത്തനത്തിലൂടെയും റിപ്പോർട്ടിംഗിലൂടെയും ഉപജീവനം കണ്ടെത്തി. സൗത്ത് വെയിൽസിൽ വെച്ച് അദ്ദേഹം ലില്ലി ലൂയിസ ഓറമിനെ (ലില്ലി എൽ. അലൻ) കണ്ടുമുട്ടി. 1895-ൽ ലില്ലി ലൂയിസ ഓറമിനെ, 29-ആം വയസ്സിൽ അദ്ദേഹം വിവാഹം കഴിച്ചു, 1896-ൽ അവരുടെ ഏക മകൾ നോഹ്റ ജനിച്ചു.

1898-ൽ അലൻ, ദി ഹെറാൾഡ് ഓഫ് ദ ഗോൾഡൻ ഏജ് .എന്ന മാസികയിൽ എഴുത്തുകാരനായി പ്രവർത്തനം തുടങ്ങി. ഈ സമയത്ത്, അലൻ ഒരു സർഗ്ഗാത്മക കാലഘട്ടത്തിലേക്ക് പ്രവേശിച്ചു, തുടർന്ന് അദ്ദേഹം തന്റെ ആദ്യ പുസ്തകമായ ഫ്രം പോവർട്ടി ടു പവർ (1901) പ്രസിദ്ധീകരിച്ചു. 1902-ൽ അലൻ തന്റെ സ്വന്തം ആത്മീയ മാസികയായ ദി ലൈറ്റ് ഓഫ് റീസൺ പ്രസിദ്ധീകരിക്കാൻ തുടങ്ങി, പിന്നീട് ദി എപോക്ക് എന്ന് അതിനെ പുനർനാമകരണം ചെയ്തു.

1903 ൽ പ്രസിദ്ധീകരിച്ച ഒരു മനുഷ്യൻറെ ചിന്ത പോലെ (As a Man Thinketh) എന്ന ഗ്രന്ഥമാണ് ഏറ്റവും പ്രശസ്തി നേടിയ കൃതി. ആധുനിക പ്രചോദന ചിന്താധാരയുടെ മുൻഗാമികളിൽ ഒരുവനായി ജെയിംസ് അലനെ പരിഗണിക്കുന്നതിന്റെ കാരണം ഈ ഗ്രന്ഥത്തിന് ലഭിച്ച സ്വീകാര്യതയാണ്. ഇതേത്തുടർന്ന് തൻറെ മുഴുവൻ സമയവും ഗ്രന്ഥരചനക്കായി മാറ്റി വയ്കുകയും 20 ഓളം ഗ്രന്ഥങ്ങൾ എഴുതുകയും ചെയ്തു. അദ്ദേഹം 1912 ജനുവരി 24-ന് 47-ാം

വയസ്സിൽ അന്തരിച്ചു എങ്കിലും കാലിക പ്രസക്തമായ ചിന്തകളിലൂടെ നമ്മോടൊപ്പം അദ്ദഹം ഇന്നും ജീവിക്കുന്നു. അദ്ദേഹത്തിൻറെ ഗ്രന്ഥങ്ങൾ

1. From Poverty to Power (1901)
2. All These Things Added (1903)
3. As a Man Thinketh (1903)
4. Through the Gate of Good(1903)
5. Byways of Blessedness (1904)
6. Out from the Heart (1904)
7. Poems of Peace (1907)
8. The Life Triumphant: Mastering the Heart and Mind (1908)
9. Morning and Evening Thoughts (1909)
10. The Mastery of Destiny (1909)
11. Above Life's Turmoil (1910)
12. From Passion to Peace (1910)
13. Eight Pillars of Prosperity (1911)
14. Man: King of Mind, Body and Circumstance (1911)
15. Light on Life's Difficulties (1912)
16. Foundation Stones to Happiness and Success (1913)
17. James Allen's Book of Meditations for Every Day in the Year (1913)
18. Men and Systems (1914)
19. The Shining Gateway (1915)
20. The Divine Companion (1919)

3

വിചാരവും സ്വഭാവവും

Seed To Tree

''മനഃകൃതം കൃതം'' എന്ന വാക്യം ഒരുത്തന്റെ ആഭ്യന്തരജീവിതത്തെ സംബന്ധിച്ചിടത്തോളം മാത്രമല്ല അർത്ഥവത്തായിരിക്കുന്നത്; അവന്റെ പുറമെയുള്ള എല്ലാ സ്ഥിതികളിലും, പര്യന്താവസ്ഥകളിലും കൂടി യോജിക്കത്തക്കവണ്ണം അതിന്റെ അർത്ഥത്തിന് അത്ര വ്യാപ്തിയുണ്ട്. മനുഷ്യൻ ശരിയായും അവന്റെ

വിചാരമല്ലാതെ മറ്റൊന്നുമല്ല; അവന്റെ സ്വഭാവം സ്വന്ത വിചാരങ്ങളുടെ ആകെത്തുകയുമാകുന്നു.

ചെടി വിത്തിൽനിന്നും മുളയ്ക്കുന്നു. വിത്തില്ലാതെ ഉണ്ടാകുന്നില്ല. അതുപോലെ മനുഷ്യന്റെ എല്ലാ ക്രിയകളും മറഞ്ഞു കിടക്കുന്ന വിചാരങ്ങളാകുന്ന വിത്തുകളിൽനിന്നു പൊങ്ങിവരുന്നു. അവ കൂടാതെ വരുന്നില്ല. സ്വതേ (ഐച്ഛികമായി) ചെയ്യുന്നതും മുൻകരുതലില്ലാതെ (യാദൃച്ഛികമായി) ചെയ്യുന്നതുമായ പ്രവൃത്തികൾ കൂടിയും കരുതിച്ചെയ്യുന്ന ക്രിയകൾ പോലെ തന്നെ ഇതിൽ ഉൾപ്പെടുന്നു. ക്രിയ വിചാരത്തിന്റെ പൂവാണ്. സുഖവും ദുഃഖവും അതിന്റെ ഫലവുമാകുന്നു. ഇങ്ങനെ മനുഷ്യൻ തന്റെ കൃഷിയിൽ കിട്ടുന്ന മധുരമായും തിക്തമായുമുള്ള ഫലങ്ങളെ എല്ലാം സ്വന്ത ധാന്യപ്പുരയിൽ ശേഖരിച്ചുകൊള്ളുന്നു.

"മനസ്സിലുണ്ടാം വിചാരങ്ങളാലുണ്ടായി നാം
ജനിച്ചുനമുക്കുള്ളതൊക്കെയും വിചാരത്താൽ
പൊല്ലാത വിചാരത്തെത്തുടർന്നുവരും ദുഃഖം
നില്ലാതെ കാളയുടെ പിറകേ വണ്ടിപോലെ
നല്ല നിർമ്മലവിചാരങ്ങളെ സുഖം താനും
കില്ലില്ല തുടർന്നെത്തും മർത്ത്യനെ നിഴൽപോലെ"

മനുഷ്യജീവിതം നിയമം അനുസരിച്ച് അഭിവൃദ്ധിയെ പ്രാപിക്കയാകുന്നു. കൃത്രിമമായി സൃഷ്ടിക്കപ്പെടുകയില്ല. കാര്യകാരണ നിയമം അപ്രത്യക്ഷമായ വിചാരഭൂമിയിലും പ്രത്യക്ഷമായ ഭൗതികലോകത്തിൽ എന്നപോലെ തന്നെ തടവുകൂടാതെയും തെറ്റാതെയും വ്യാപരിക്കുന്നു. ഉൽകൃഷ്ടവും സാത്വികവുമായ സ്വഭാവം അനുഗ്രഹംകൊണ്ടോ യാദൃച്ഛികമായോ ഉണ്ടാകുന്നതല്ല. ഉത്തമവിചാരങ്ങളെ വർദ്ധിപ്പിച്ചാൽ തുടർന്നുകൊണ്ടു ചെയ്തിട്ടുള്ള ശ്രമത്തിന്റെ സ്വാഭാവികമായ ഫലമാകുന്നു; അതായതു ദീർഘകാലം പരിശുദ്ധവിചാരങ്ങളെ ഹൃദയത്തിൽ

പോറ്റിവളർത്തിയതിന്റെ ഫലമാകുന്നു. അതുപോലെ നീചവും മൃഗസാധാരണവുമായ സ്വഭാവം മലിനവിചാരങ്ങളെ തുടർന്നുകൊണ്ട് ഉള്ളിൽ സംഗ്രഹിച്ചുവരുന്നതിന്റെയും ഫലമത്രെ.

മനുഷ്യനെ നിർമ്മിക്കുന്നതും ഹിംസിക്കുന്നതും അവൻ തന്നെ. വിചാരമാകുന്നു കൊല്ലന്റെ ആലയിൽവച്ചുതന്നെ ഹിംസിപ്പിക്കാനുള്ള ആയുധം മനുഷ്യൻ ഉണ്ടാക്കുന്നു. അതിൽ വച്ചുതന്നെ തനിക്ക് അധിവസിപ്പാനുള്ള ആനന്ദവും ശക്തിയും സമാധാനവും നിറഞ്ഞ ദിവ്യസൗധങ്ങളെ നിർമ്മിക്കുന്നതിനുവേണ്ട ഉപകരണങ്ങളും അവൻ ഉണ്ടാക്കുന്നു. വിചാരത്തെ ന്യായമാംവണ്ണം തിരഞ്ഞെടുക്കുകയും ശരിയായ വിധത്തിൽ ഉപയോഗിക്കയും ചെയ്താൽ മനുഷ്യൻ ഉയർന്നു ദൈവികമായ പൂർണ്ണത്വത്തിൽ എത്തും. വിചാരത്തെ ഗണ്യമാക്കാതിരിക്കുകയും തെറ്റായി ഉപയോഗിക്കുകയും ചെയ്താൽ മനുഷ്യൻ താണു മൃഗങ്ങളുടെ സ്ഥാനത്തു ചെല്ലുകയും ചെയ്യുന്നു. ഈ രണ്ടു പരമാവധികളുടെ മദ്ധ്യത്താണ് സ്വഭാവത്തിന്റെ എല്ലാ തരഭേദങ്ങളും സ്ഥിതി ചെയ്യുന്നത്. അവയുടെ കർത്താവും നേതാവും എല്ലാം അവനവൻ തന്നെ.

ആത്മസംബന്ധമായി ഇക്കാലത്തു കണ്ടിപിടിക്കപ്പെട്ടിട്ടുള്ള വസ്തുതകളിൽ ദിവ്യത്വം കൊണ്ടും വിശ്വാസ്യയോഗ്യതകൊണ്ടും ഇതിനേക്കാൾ സന്തോഷജനകവും, ഫലപ്രദമായി മറ്റൊന്നും തന്നെ ഇല്ല. മനുഷ്യൻ തന്നെയാണ് വിചാരത്തിന്റെ നായകനും, സ്വഭാവത്തിന്റെ ശില്പിയും, സ്ഥിതിയും, പര്യന്താവസ്ഥ, വിധി ഇവയുടെ നിർമ്മാതാവും ആകുന്നത്.

മനുഷ്യൻ ശക്തിയും, ജ്ഞാനവും, സ്നേഹവും നിറഞ്ഞ ഒരു ആത്മാവും സ്വന്തവിചാരങ്ങളുടെ യജമാനനും

ആകയാൽ തന്റെ എല്ലാ അവസ്ഥകളെയും ക്രമീകരിപ്പാനുള്ള കൌശലത്തെ സ്വയം വഹിച്ചിരിക്കുന്നു; തന്നെ സ്വേച്ഛരപോലെ രൂപാന്തരപ്പെടുത്തുകയയും നവീകരിക്കുകയും ചെയ്യുന്നതിനുള്ള ശക്തിയെയും അവൻ ഉള്ളിൽ ധരിച്ചിരിക്കുന്നു.

അവൻ എല്ലായ്പ്പോഴും - തന്റെ അതിചപലവും അതിനികൃഷ്ടവുമായ അവസ്ഥയിൽപോലും - യജമാനൻ തന്നെ; എന്നാൽ തന്റെ ചാപല്യത്തിലും അധഃപതനത്തിലും അവൻ സ്വഭാവത്തെ ദുർഭരണം ചെയ്യുന്ന മൂഢനായ യജമാനൻ എന്നേയുള്ളൂ. തന്റെ സ്ഥിതിയെപ്പറ്റി ചിന്തിക്കയും തന്റെ ജീവിതത്തിനു അധിഷ്ഠാനായ നിയമത്തെ ശുഷ്കാന്തിയോടെ അന്വേഷിക്കയും ചെയ്യുമ്പോൾ അവൻ വിവേകിയായ യജമാനൻ ആയിത്തീരുന്നു. തന്റെ ശക്തികളെ ബുദ്ധിപൂർവ്വം പ്രപയോഗിക്കയും വിചാരങ്ങളെ ഫലപ്രദമായ സംഗതികൾക്കായി സ്വരൂപിക്കുകയും ചെയ്യുന്നു. ബുദ്ധിയുള്ള യജമാനൻ അപ്രകാരമാണ്. മനുഷ്യൻ അങ്ങനെയുള്ള യജമാനനാകേണ്ടത് വിചാരത്തിന്റെ നിയമങ്ങളെ തന്റെ ഉള്ളിൽ വച്ചു കണ്ടുപിടിച്ചിട്ടു മാത്രമാകുന്നു. ആ കണ്ടുപിടിത്തം വെറും ശുഷ്കാന്തി, ആത്മവിവേചനം, സ്വാനുഭവം ഇവയാൽ സാദ്ധ്യവുമാണ്.

സ്വർണ്ണവും വൈരക്കല്ലും സമ്പാദിക്കുന്നത് വളരെ പണിപ്പെട്ടു ആരാഞ്ഞിട്ടും, ഖനികൾ കുഴിച്ചിട്ടും ആകുന്നു. മനുഷ്യനു തന്റെ ആത്മാവാകുന്ന ഖനിയുടെ അടിയിൽ കടന്നു നോക്കിയാൽ ജീവിതത്തെ സംബന്ധിച്ച എല്ലാ തത്വങ്ങളും കണ്ടുകിട്ടും. തന്റെ സ്വഭാവത്തെ ഉണ്ടാക്കുന്നതും, ജീവിതത്തെ ഉരുപ്പിടിക്കുന്നതും, വിധിയെ നിർമ്മിക്കുന്നതും താൻ തന്നെ ആണെന്നു സന്ദേഹം കൂടാതെ അവന്നു വെളിവാകും. അതിന് ഇതാണുപായം - തന്റെ വിചാരങ്ങളെ സൂക്ഷിക്കുകയും ചൊല്പടിയിൽ നിർത്തുകയും

തിരുത്തുകയും ചെയ്യുക. തന്നിലും മറ്റുള്ളവരിലും തന്റെ ജീവിതത്തിലും പര്യന്താവസ്ഥകളിലും, വിചാരത്തിന്റെ ശക്തി എങ്ങനെ പ്രതിഫലിക്കുന്നു എന്നു കണ്ടറിയുക ക്ഷമയോടുകൂടി പരിശീലിച്ചും അന്വേഷിച്ചും കാര്യകാരണങ്ങളെ കൂട്ടിച്ചേർത്തു നോക്കുക. എല്ലാ അനുഭവങ്ങളെയും - ദിവസംപ്രതി അനുഭവിക്കുന്ന തീരെ നിസ്സാരമായ സംഗതികളെപ്പോലും - ജ്ഞാനവും, വിവേകവും ശക്തിയുമാകുന്ന സ്വസ്വരൂപത്തെ കണ്ടുപിടിപ്പാനുള്ള ഉപായമായി ഉപയോഗിക്കുക. അപ്പോൾ ''നോക്കുന്നവൻ കാണും'' 'മുട്ടുമ്പോൾ തുറക്കും' എന്നുള്ള നിയമത്തിന്റെ യാഥാർത്ഥ്യം മനസ്സിലാകും. ക്ഷമയും, പരിചയവും മുടങ്ങാതെ ശുഷ്കാന്തിയും ഉണ്ടെങ്കിൽ മാത്രമേ ഒരുവനു ജ്ഞാനദേവതയുടെ ശ്രീകോവിൽ പടി കടക്കാൻ കഴിയൂ.

4

വിചാരം ബാഹ്യാവസ്ഥയിൽ പ്രതിഫലിക്കുന്നത്

മനസ്സിനെ ഒരു തോട്ടത്തോട് ഉപമിക്കാം. തോട്ടത്തെ ബുദ്ധിപൂർവ്വമായി കൃഷിചെയ്യുകയോ വെറുതേ കാടുപിടിച്ചു പോവാൻ വിട്ടേയ്ക്കുകയോ ചെയ്യാം. കൃഷി ചെയ്താലും ശരി, വെറുതെ ഇട്ടിരുന്നാലും അതിൽ എന്തെങ്കിലും മുളക്കുക തന്നെ ചെയ്യും. 'ഉപയോഗമുള്ള വിത്തുകൾ വിതച്ചിട്ടില്ലെങ്കിൽ നിരുപയോഗമായ കളകളുടെ ബീജങ്ങൾ ധാരാളം അതിൽ വന്നുകൂടുകയും തുടർന്നുകൊണ്ട് അവ മുളച്ചു സന്താനങ്ങളെ വർദ്ധിപ്പിച്ചുകൊണ്ടിരിക്കയും ചെയ്യും.

തോട്ടക്കാരൻ കളകൾ എല്ലാം പറിച്ചുകളഞ്ഞ് തോട്ടത്തിൽ കൃഷി ചെയ്യുന്നു. ആവശ്യമുള്ള പുഷ്പങ്ങളെയം ഫലങ്ങളെയും പോറ്റിവളർത്തുന്നു. അതുപോലെ ഒരുവനു തന്റെ മനസ്സാകുന്ന തോട്ടത്തേയും പാലിക്കാം. അബദ്ധവും അനാവശ്യവും അശുദ്ധവും ആയ വിചാരങ്ങളെല്ലാം അതിൽ നിന്നു പറിച്ചുകളഞ്ഞു സുബദ്ധവും, ഉപയോഗമുള്ളതും പരിശുദ്ധവുമായ വിചാരങ്ങളാകുന്നു. പുഷ്പഫലങ്ങളെ പൂർണ്ണമാകുംവണ്ണം കൃഷിചെയ്തു വളർത്താം. ഈ സമ്പ്രദായം തുടർന്നു കൊണ്ടിരുന്നാൽ ഇന്നല്ലെങ്കിൽ നാളെ ഒരുവനു താൻ തന്റെ അന്തഃകരണമാകുന്ന തോട്ടത്തിന്റെ സമർത്ഥനായ തോട്ടക്കാരൻ അല്ലെങ്കിൽ ജീവിതത്തിന്റെയും വിചാരത്തിന്റെയും നേതാവാണെന്നുള്ള വസ്തുത വെളിപ്പെടുന്നതാകുന്നു. ലോകസ്വഭാവത്തേയും, പര്യന്താവസ്ഥയേയും, വിധിയേയും നിർമ്മിക്കുന്ന മാനസപദാർത്ഥങ്ങളും വിചാരശക്തികളും വ്യാപരിക്കുന്ന ക്രമവും മേൽക്കുമേൽ അധികമധികം സ്പഷ്ടതയോടുകൂടി അയാൾക്കു ഉള്ളിൽ ബോദ്ധ്യപ്പെടുന്നതാണ്.

വിചാരവും സ്വഭാവവും ഒന്നുതന്നെ; ചുറ്റുമുള്ള വസ്തുക്കളും പര്യന്താവസ്തുകളും വഴിയായി മാത്രമാണ് ഒരുവന്റെ സ്വഭാവം പ്രത്യക്ഷമാക്കുന്നത്. അതുകൊണ്ട്

ഒരുവന്റെ ജീവിതത്തിൽ ബാഹ്യാവസ്ഥകൾ എപ്പോഴും ഉള്ളിലെ അവസ്ഥയോടു ഏറ്റവും യോജിച്ചിരിക്കുന്നതായി കാണപ്പെടുന്നു. ഇതുകൊണ്ട് ഒരുവന്റെ ഏതെങ്കിലും സമയത്തുള്ള ബാഹ്യാവസ്ഥകൾ അവന്റെ മുഴുവൻ സ്വഭാവത്തിന്റെയും ഫലമാണെന്ന് അർത്ഥമാക്കിക്കൂടാ'' പിന്നെയോ ആ അവസ്ഥകൾ അവന്റെ ഉള്ളിലുള്ള സാരമായ വിചാരാംശങ്ങളോടു ഏറ്റവും സംബന്ധിച്ചിരിക്കുന്നു എന്നും അവന്റെ അഭിവൃദ്ധിക്കു തൽക്കാലം അവ ഒഴിച്ചുകൂടാത്തതാണെന്നും വേണം വിചാരിപ്പാൻ.

ഓരോരുത്തനും ഉൽപ്പത്തിനിയമം അനുസരിച്ച് അവനവൻ നില്ക്കേണ്ട സ്ഥാനത്തു നിൽക്കയാകുന്നു. വിചാരങ്ങൾ തന്നെ സ്വഭാവമായി പരിണമിച്ചിട്ട് ഓരോരുത്തരെയും തങ്ങളുടെ ഇപ്പോഴത്തെ നിലയിൽ എത്തിച്ചതാണ്. ജീവിതത്തിന്റെ ഘടനയിൽ യാദൃച്ഛികമായി ഒന്നുമില്ല. എല്ലാം ഒരിക്കലും തെറ്റിപ്പോകാത്ത ഒരു വ്യവസ്ഥയിൽ നിന്നുണ്ടായിട്ടുള്ളതത്രെ. ഈ വസ്തുത ഇടപെടുന്നവരോട് സ്വരച്ചേർച്ച ഇല്ലാത്തവർക്കും രഞ്ജനയിൽ വർത്തിക്കുന്നവർക്കും എല്ലാം ഒന്നുപോലെ യോജിച്ചിരിക്കയും ചെയ്യും.

മനുഷ്യൻ അഭിവൃദ്ധിയെയും വികാസത്തെയും പ്രാപിച്ചുകൊണ്ടിരിക്കുന്ന ജീവി ആകയാൽ തനിക്ക് അഭിവൃദ്ധിപ്പെടാനുള്ള അറിവ് സിദ്ധിക്കത്തക്ക സൗകര്യത്തിൽ ജീവിക്കുന്നു. ഏതെങ്കിലും ഒരു പര്യന്താവസ്ഥയിൽനിന്നു തനിക്കായി സംഗ്രഹിച്ചിരുന്ന ആത്മികമായ അറിവ് സമ്പാദിച്ചു കഴിഞ്ഞാൽ ആ അവസ്ഥ മാറിപ്പോകയും അതിന്റെ സ്ഥാനത്തിൽ മറ്റു പര്യന്താവസ്ഥകൾ ഇടം പിടിക്കുകയും ചെയ്യുന്നു.

മനുഷ്യൻ താൻ വെളിയിലുള്ള കാലദേശവസ്ഥകളുടെ കിങ്കരനാണെന്നു വിശ്വസിച്ചിരിക്കുന്ന കാലമത്രയും

അവയാൽ ബാധിക്കപ്പെട്ടുകൊണ്ടു തന്നെ ഇരിക്കും. എന്നാൽ താൻ എല്ലാറ്റിനേയും നിർമ്മിക്കുന്ന ഒരു ശക്തിയാണെന്നും പര്യന്താവസ്ഥകളുടെ ഉല്പത്തിക്കു കാരണമായി തന്നിൽ മറഞ്ഞു കിടക്കുന്നതും തന്റെ സ്വരൂപവുമായി നിലവും വിത്തും എല്ലാം തന്റെ സ്വന്തമാണെന്നും സ്വാനുഭവത്താൽ അറിയുമ്പോൾ അവന്റെ തന്റെ ജീവിതത്തിൽ സാക്ഷാൽ നായകനായും തീരും.

അല്പകാലമെങ്കിലും മനോനിയമത്തെയോ ചിത്തശുദ്ധിയെയോ അഭ്യസിച്ചിട്ടുള്ളവർക്ക് പര്യന്താവസ്ഥകൾ വിചാരത്തിന്നനുസരിച്ചുണ്ടാകയാണെന്നറിയാം. എന്തുകൊണ്ടെന്നാൽ തന്റെ പര്യന്താവസ്ഥയ്ക്കു വന്ന മാറ്റം ശരിയായും അതുപോലെതന്നെ മാനസാവസ്ഥയിൽ വന്നിട്ടുള്ള മാറ്റത്തിനനുസരിച്ചുള്ളതാണെന്ന് അയാൾക്കു ബോദ്ധ്യമാവാൻ വകയുണ്ട്. ഒരുവൻ തന്റെ സ്വഭാവത്തിലുള്ള വല്ല ദോഷത്തേയും പരിഹരിപ്പാൻ ശുഷ്കാന്തിയോടെ ശ്രമിക്കുകയും ശീഘ്രമായും നിയതമായും ഈ ശ്രമത്തെ വർദ്ധിപ്പിച്ചു കൊണ്ടിരിക്കുകയും ചെയ്യുമ്പോൾ തുടർന്നുകൊണ്ട് അതിവേഗത്തിൽ പല സ്ഥിതിഭേദങ്ങൾ തന്നിൽ വന്നു കൊണ്ടിരിക്കുന്നതായി അയാൾ കാണും. അതു എത്ര വാസ്തവമായ സംഗതിയാണ്.

ആത്മാവു ഗൂഢമായി കരുതിവക്കുന്നതും സ്നേഹിക്കുന്നതുമായ വസ്തു മാത്രമല്ല, ഏതിനെ അതു ഭയപ്പെടുന്നോ അതും അതിന്റെ അടുക്കലേയ്ക്ക് ആകർഷിക്കപ്പെടുന്നു. തന്റെ പ്രിയപ്പെട്ട ആശംസകൾ എത്ര ഉയർന്നവയോ ആത്മാവ് അത്ര ഉയർന്നു ചെല്ലുകയും, തന്റെ ദുഷ്പൂരങ്ങളായ ആഗ്രഹങ്ങൾ എത്ര താണവയൊ അത്ര താഴുകയും ചെയ്യുന്നു. പര്യന്താവസ്ഥകൾ ആത്മാവിനു കാര്യസാധകങ്ങളായ ഉപായങ്ങൾ മാത്രമേ ആകുന്നുള്ളു.

മനസ്സിൽ വിതയ്ക്കുകയോ വീണു വേരൂന്നുവാൻ ഇടം കൊടുക്കുകയോ ചെയ്തിട്ടുള്ള എല്ലാ വിചാരബീജങ്ങളും ശീഘ്രമായോ മന്ദമായോ ക്രിയകളാകുന്നു. പുഷ്പങ്ങളെ ഉല്പാദിപ്പിക്കുന്നു. ആ പുഷ്പങ്ങളിൽനിന്നു സൗകര്യവും പര്യന്താവസ്ഥയുമാകുന്ന ഫലങ്ങളും ഉണ്ടാകുന്നു. നല്ല വിചാരങ്ങളുടെ ഫലം നല്ലത്. ചീത്ത വിചാരങ്ങളുടേത് ചീത്ത.വെളിയിലുള്ള അവസ്ഥകൾ ഉള്ളിലെ വിചാരങ്ങൾ അനുസരിച്ചു രൂപീകരിക്കപ്പെടുന്നു. സുഖകരവും ദുഃഖകരവുമായ ബാഹ്യാവസ്ഥകൾ രണ്ടും അവസാനം ഗുണപ്രദമായി കലാശിക്കും. തന്റെ വിളവിനെ താൻതന്നെ കൊയ്തെടുക്കുന്ന കൃഷിക്കാരനാണ് മനുഷ്യൻ;'അതിനാൽ സുഖദുഃഖാനുഭവങ്ങളിൽ രണ്ടിലും നിന്ന് അവൻ അറിവു സമ്പാദിക്കുന്നു.

ആത്മാർത്ഥമായ ആഗ്രഹങ്ങളേയും പ്രാർത്ഥനകളേയും വിചാരങ്ങളേയും പിന്തുടർന്നു ദുർമ്മനോരഥങ്ങളാകുന്ന മായാദീപങ്ങളുടെ പിന്നാലെ പോകയോ ബലവത്തുകളും ഉദാരങ്ങളുമായ യത്നങ്ങളുടെ വഴിക്കു സ്ഥിരതയോടെ നടക്കയോ ചെയ്താൽ ഒരുവൻ ഒടുവിൽ തന്റെ വെളിയിലുള്ള സ്ഥിതികളിൽ അടങ്ങിയിരിക്കുന്ന അവയുടെ ഫലങ്ങളിൽ അല്ലെങ്കിൽ പൂർത്തിയിൽ എത്തുന്നു. അഭിവൃദ്ധിയുടേയും ക്രമീകരണത്തിന്റെയും വ്യവസ്ഥ എവിടെയും ഉണ്ട്.

ഒരുവൻ ചാരായക്കടയിലോ ജയിലിലോ പോകുന്നത് വിധിയുടേയോ പര്യന്താവസ്ഥയുടേയോ ക്രൗര്യം കൊണ്ടല്ല. നീചവിചാരങ്ങളും നിന്ദ്യമോഹങ്ങളും നിമിത്തമാകുന്നു. ഒരു വിശുദ്ധഹൃദയൻ വെറും വെളിയിലുള്ള പ്രേരണകളുടെ ബലത്താൽ മാത്രം പെട്ടെന്നു ഒരു കുറ്റത്തിൽചെന്നു ചാടുന്നുമില്ല. കുറ്റം ചെയ്യുന്നതിനുള്ള വിചാരങ്ങൾ ദീർഘകാലം അവന്റെ ഹൃദയത്തിൽ സ്വകാര്യമായി സംഗ്രഹിക്കപ്പെട്ടിരിക്കും. സൗകര്യം കിട്ടുമ്പോൾ അവയുടെ

ശേഖരിക്കപ്പെട്ട ശക്തി വെളിപ്പെടും. പര്യന്താവസ്ഥയല്ല ഒരുവനെ രൂപപ്പെടുത്തുന്നത്. അത് അവന്റെ രൂപത്തെ അവനു വെളിപ്പെടുത്തിക്കൊടുക്കുകയേ ചെയ്യാറുള്ളു. അധർമ്മത്തിന്റേയും അതിനെ പിന്തുടർന്നുവരുന്ന ദുഃഖത്തിന്റേയും പടിയിലേക്ക് ഒരുവനെ വലിച്ചുതാഴ്ത്തുന്നതിന് അശുഭവിചാരങ്ങളല്ലാതെ വേറെ കാരണം ഉണ്ടായിരിപ്പാൻ തരമില്ല. ധർമ്മത്തിന്റേയും അതിൽനിന്നുണ്ടാകുന്ന പരിശുദ്ധസുഖത്തിന്റേയും സ്ഥാനത്തേയ്ക്ക് ഒരുവനെ ഉന്തിക്കൊണ്ടുപോകുന്നതിനും പരിശുദ്ധവിചാരങ്ങളുടെ തുടർന്നുകൊണ്ടുള്ള പരിശീലനമല്ലാതെ വേറെ കാരണം ഉണ്ടാവാൻ പാടില്ല. അതുകൊണ്ട് മനുഷ്യൻ വിചാരത്തിന്റെ നേതാവും അധിപതിയും എന്ന നിലയിൽ സ്വന്തജീവിതത്തിന്റെ നിർമ്മാതാവും കാലദേശാവസ്ഥകളുടെ ശില്പിയും കർത്താവുമാകുന്നു. ജനനകാലത്തുകൂടിയും ആത്മാവ് അതിന് അർഹമായ സ്ഥാനത്തിൽ തന്നെ നില്ക്കുന്നു. എന്നിട്ടു ലോകയാത്രയിൽ അത് ഓരോ അടി വയ്ക്കുമ്പോഴും സ്വന്ത സ്വഭാവത്തെ തന്നെ വെളിപ്പെടുത്തുന്ന വിശുദ്ധിയും അശുദ്ധിയും ബലവും ബലഹീനതയുമാകുന്ന അവസ്ഥകളുടെ സമൂഹത്തെ തന്നിലേയ്ക്ക് ആകർഷിക്കുന്നു.

താൻ ആവശ്യപ്പെടുന്നതല്ല തനിക്കു വന്നുകൂടുന്നത്; തന്റെ പരമാർത്ഥമായ സ്വഭാവം ഏതോ അതാകുന്നു. തന്റെ താൽക്കാലികമായ ആഗ്രഹങ്ങൾ, മനോരഥങ്ങൾ, അത്യാശകൾ ഇവയ്ക്കെല്ലാം അടിക്കടി ഭംഗം നേരിട്ടുകൊണ്ടിരിക്കും. എന്നാൽ ആന്തരമായ വിചാരങ്ങളും ഇച്ഛരകളും ശുദ്ധമൊ അശുദ്ധമൊ ആയ സ്വസ്വഫലങ്ങളെ ആസ്വദിപ്പിച്ചുകൊണ്ടും ഇരിക്കും. നമ്മുടെ പുരുഷാർത്ഥത്തെ ഉരുപ്പിടിക്കുന്ന ദൈവം നമ്മിൽ തന്നെ ഇരിക്കുന്നു. അതു

നമ്മുടെ ആത്മാവുതന്നെ ആകുന്നു. മനുഷ്യനെ അവൻ തന്നെ ജയിലിൽ കുടുക്കുന്നു. വിചാരവും പ്രവൃത്തിയുമാകുന്ന അദൃഷ്ടത്തിന്റെ കാരാധിപന്മാർ (ജയിൽ മേലധികാരികൾ) അവ ചീത്തയായിരിക്കുമ്പോൾ ഈ ബന്ധനത്തിൽ ചാടിക്കുന്നു. മോക്ഷം നൽകുന്ന ദേവതകളും അവതന്നെ. നല്ലതാകയാൽ അവ ബന്ധനത്തിൽനിന്നു മോചിപ്പിക്കുന്നു. ഒരൂത്തന് താൻ ആഗ്രഹിക്കുന്നതും പ്രാർത്ഥിക്കുന്നതുമല്ല ലഭിക്കുന്നത്; താൻ ശരിയായി സമ്പാദിക്കുന്നതു മാത്രമാകുന്നു. ആഗ്രഹങ്ങളും പ്രാർത്ഥനകളും വിചാരങ്ങളോടും ക്രിയകളോടും യോജിച്ചിരുന്നാൽ മാത്രമേ സഫലമാകുന്നുള്ളു.

ഈ തത്വത്തെ അനുസരിച്ചു നോക്കിയാൽ ''പ്രതികൂലാവസ്ഥയോടു പോരാടുന്നു'' എന്നു പറയുന്നതിനും, അർത്ഥം എന്തായിരിക്കും? അതിന്റെ അർത്ഥം, ഒരുവൻ വെളിയിൽ കാണുന്ന കാര്യത്തോടു നിരന്തരമായി എതിർക്കുന്നു എന്നും, എന്നാൽ ഉള്ളിലുള്ള അതിന്റെ കാരണത്തെ പോറ്റിപ്പുലർത്തി വച്ചുകൊള്ളുന്നു എന്നും ആകുന്നു. ആ കാരണം ബുദ്ധിപൂർവമായ ഒരു ദോഷമോ അബുദ്ധിപൂർവമായ ഒരു ചാലപ്യമോ ആയി പരിണമിച്ചിരിക്കാം. ഏതായാലും അതുള്ളവന്റെ യത്നങ്ങളെ എല്ലാം അതു കഠിനമായി തടുക്കുന്നു. പ്രതിവിധിയെ ആവശ്യപ്പെടുകയും ചെയ്യുന്നു.

മനുഷ്യൻ തന്റെ സ്ഥിതിയെ നന്നാക്കാൻ ധ്യതികൂട്ടുന്നതല്ലാതെ തന്നെ നന്നാക്കാൻ മനസ്സുവയ്ക്കുന്നില്ല. അതുകൊണ്ട് അവൻ ബദ്ധനായിത്തന്നെ ഇരിക്കേണ്ടിവരുന്നു. താൻ മനസ്സു വച്ചിരിക്കുന്ന കാര്യത്തിന്നായി തന്നത്താൽ ബലികൊടുപ്പാൻ മടിയില്ലാത്തവൻ ഒരിക്കലും അതിനെ സാധിക്കാതിരിക്കുന്നതല്ല. ഇതു ലൗകികകാര്യങ്ങളിൽ

എന്നപോലെ ആദ്ധ്യാത്മികകാര്യങ്ങളിലും തുല്യമായിരിക്കുന്നു. പണം സമ്പാദിക്കുന്നതുതന്നെ പരമപുരുഷമാർത്ഥമായി വിചാരിക്കുന്ന മനുഷ്യൻകൂടിയും അതിലേക്കായി വളരെ കഷ്ടതകൾ അനുഭവിപ്പാൻ സന്നദ്ധനായേ തീരു. അപ്പോൾ ശക്തിമത്തും ശാന്തവുമായ ഒരു ജീവിതത്തെ അനുഭവിപ്പാൻ ആഗ്രഹിക്കുന്നവൻ എത്ര അധികം അതിനു സന്നദ്ധനായിരിക്കണം?

ഇതാ ഒരു മഹാദരിദ്രൻ: അവന്റെ അവസ്ഥയേയും ഗൃഹസ്ഥാശ്രമസുഖത്തേയും നന്നാക്കാൻ അവനു കലശലായ മോഹം. എന്നാൽ എപ്പോഴും അവൻ ജോലിയിൽ വലിയ അമാന്തക്കാരൻ. ശമ്പളം കുറച്ചതുകൊണ്ട് യജമാനനെ തോല്പിപ്പാൻ നോക്കുന്നതു ന്യായമാണെന്ന് അവൻ കരുതുന്നു. വാസ്തവമായ ഐശ്വര്യത്തിന്റെ മൂലതത്വങ്ങളുടെ എളുപ്പമായ ആദിപാഠങ്ങൾ പോലും അവൻ അറിയുന്നില്ല. അവൻ ദാരിദ്ര്യത്തിൽനിന്നു പൊങ്ങാൻ തീരെ യോഗ്യനല്ല; എന്നു മാത്രമല്ല അലസത, ചതി, അപൌരുഷം ഇവയെ സംബന്ധിച്ച വിചാരങ്ങളാൽ ഇതിനേക്കാൾ കഷ്ടതരമായ ദാരിദ്ര്യത്തെ നിശ്ചയമായും അവൻ ക്ഷണിച്ചുവരുത്തുകയും ആകുന്നു.

ഇതാ ഒരു ധനികൻ. അതിഭോജനംകൊണ്ട് അയാൾ ദുസ്സഹവും ദുർന്നിവാരവുമായ രോഗത്തിന് ഇരയായിത്തീർന്നിരിക്കുന്നു. ചികിത്സയ്ക്കു വലിയ സംഖ്യകൾ ചെലവാക്കാൻ ഒരുക്കമാണ്. എന്നാൽ അമിതഭോജനേച്ഛരയെ വിട്ടുകളവാൻ അയാൾക്കു മനസ്സില്ല. ഗുരുവും പ്രകൃതിവിരുദ്ധവുമായ ആഹാരങ്ങൾ കൊണ്ട് അയാൾക്കു ജിഹ്വയെ തൃപ്തിപ്പെടുത്തണം. ആരോഗ്യവും വേണം. ഇത്തരക്കാരന് അശേഷം ആരോഗ്യമുണ്ടാവാൻ തരമുള്ളതല്ല. എന്തുകൊണ്ടെന്നാൽ ആരോഗ്യത്തെ സംബന്ധിച്ച പ്രഥമപാഠങ്ങൾ പോലും ഇതുവരെ അയാൾ

മനസ്സിലാക്കീട്ടില്ല.

ഇതാ കൂലിക്കാരെക്കൊണ്ടു വേല ചെയ്യിപ്പിക്കുന്ന ഒരു യജമാനൻ; ചട്ടപ്രകാരമുള്ള നിരക്കു കൂലികൊടുക്കാതെ ഒഴിച്ചുകൂട്ടാൻ വേണ്ട സൂത്രങ്ങൾ എല്ലാം അയാൾ പ്രയോഗിക്കയും, അധികലാഭം മോഹിച്ചു വേലക്കാർക്കു കൂലികുറയ്ക്കയും ചെയ്യുന്നു. ഇങ്ങനെയുള്ളവൻ ഒരിക്കലും ധനികനാവാൻ യോഗ്യനല്ല. അവൻ തന്റെ പണത്തിനും യശസ്സിനും മുഴുവൻ നഷ്ടം നേരിടുമ്പോൾ പര്യന്താവസ്ഥയെ പഴിച്ചുതുടങ്ങുന്നു. തന്റെ ആ സ്ഥിതിയുടെ എല്ലാം പ്രണേതാവു താനാണെന്ന് അറിയുന്നില്ല. ഈ മൂന്നു ദൃഷ്ടാന്തങ്ങളും ഇവിടെ പറഞ്ഞതു ഒരു മനുഷ്യന്റെ സ്ഥിതികൾക്കു മിക്കവാറും അറിവോടുകൂടാതെയാണെങ്കിലും അവൻ തന്നെയാണ് കാരണമെന്നും, ഉദ്ദേശങ്ങൾ നല്ലതായിരുന്നാൽ തന്നെയും അവയ്ക്കു യോജിക്കാത്ത വിചാരങ്ങൾക്കും ആഗ്രഹങ്ങൾക്കും ഇടംകൊടുത്താൽ അവയുടെ നിർവ്വഹണത്തിനു നിരന്തരമായി ഭംഗം നേരിട്ടുകൊണ്ടിരിക്കുമെന്നും ഉള്ള വസ്തുതയെ വെളിവാക്കാൻ വേണ്ടി മാത്രമാകുന്നു. ഇങ്ങിനെയുള്ള ദൃഷ്ടാന്തങ്ങൾ എത്രയെങ്കിലും ഉണ്ടാവാം. അവയെ ഒക്കെ എടുത്തു കാണിച്ചിട്ടാവശ്യമില്ല. വായനക്കാർക്കുതന്നെ വേണമെങ്കിൽ അവരുടെ മനസ്സിലും ജീവിതത്തിലും വിചാരനിയമങ്ങൾ പ്രവർത്തിക്കുന്ന ക്രമം കണ്ടുപിടിച്ചുകൊള്ളാം. അങ്ങനെ ചെയ്യുന്നതുവരെ വെറും വെളിയിലുള്ള സംഗതികളെ ഊഹത്തിനു ഹേതുവായി ഉപയോഗപ്പെടുത്താവുന്നതുമല്ല.

ഒരുവന്റെ ആന്തരമായ സ്വഭാവത്തെ മുഴുവൻ (അറിയാമായിരുന്നാൽ തന്നെയും) അവന്റെ ബാഹ്യാവസ്ഥ കണ്ടിട്ടു മാത്രം മറ്റൊരാൾക്കു തീർച്ചപ്പെടുത്താൻ പാടുള്ളതല്ല. ബാഹ്യാവസ്ഥകൾ സമ്മിശ്രവും വിചാരം അത്ര അഗാധമായി

വേരൂന്നിട്ടുള്ളതും, സുഖദുഃഖാവസ്ഥ ഓരോരുത്തരും അത്രവളരെ ഭേദിച്ചിരിക്കുന്നതുമാകുന്നു. ചില സംഗതികളിൽ ഒരാൾ സത്യവാനായിരിക്കാം; എങ്കിലും അയാൾ ദാരിദ്ര്യം അനുഭവിച്ചു എന്നുവരാം. ചില സംഗതികളിൽ ഒരാൾ അവിശ്വസ്തനായിരിക്കാം; എങ്കിലും ധനം സമ്പാദിക്കാം. എന്നാൽ ഒരാൾക്ക് തോൽവിപറ്റുന്നത് അയാളുടെ നേരുകൊണ്ടാണെന്നും മറ്റൊരാൾക്കു സമ്പത്തു വർദ്ധിക്കുന്നത് അയാളുടെ കപടംകൊണ്ടാണെന്നും സാധാരണയായി ചെയ്യുന്ന തീരുമാനം വെറും പുറമേയുള്ള ഗുണദേഷ ചിന്തയുടെ ഫലം മാത്രമാണ്. അത് ആ അസത്യവാൻ പ്രായേണ ഒന്നിനും കൊള്ളാത്തവണ്ണം ദുഷിച്ചുപോയി എന്നും., ആ സത്യവാൻ മിക്കവാറും സകലഗുണസമ്പൂർണ്ണനെന്നുമുള്ള ഒരു ദുർദ്ധാരണയും കൂടി ഉണ്ടാക്കുന്നു. കുറേക്കൂടി ഗാഢമായ അറിവും വിശാലമായ അനുഭവബലവും ഉണ്ടാകുമ്പോൾ ആ മാതിരി തീർച്ചടചെയ്യുന്നത് അബദ്ധമാണെന്നു മനസ്സിലാകും. ആ അസത്യവാനിൽ മറെറ സത്യവാനില്ലാത്തതായ എന്തെങ്കിലും ഒരു വിശിഷ്ടഗുണം കാണും. ആ സത്യവാന് ആ അസത്യവാനില്ലാത്ത എന്തെങ്കിലും ഒരു നികൃഷ്ടമായ ദോഷവും കാണും. സത്യവാൻ തന്റെ സത്യമായ വിചാരങ്ങളുടേയും പ്രവർത്തികളുടെയും ബലം കൊയ്തെടുക്കുന്നു. തന്റെ ദോഷങ്ങളിൽ നിന്നുണ്ടാകുന്ന ദുഃഖങ്ങളെയും അനുഭവിക്കുന്നു. അസത്യവാനും അതുപോലെതന്നെ ദുഃഖാനുഭവം ഉണ്ടാകുന്നു

തന്റെ നന്മകൊണ്ടു താൻ ദുഃഖമനുഭവിക്കുന്നു എന്നു വിശ്വസിക്കുന്നതു മനുഷ്യന് അവിവേകദശയിൽ രസമുള്ളതാണ്. എന്നാൽ ദുർബലവും ക്രൂരവും അശുദ്ധവുമായ സകലവിചാരങ്ങളെയും ഹൃദയത്തിൽ നിന്നു വേരോടെ പേറിച്ചു കളയുകയും, പാപത്തിന്റെകറകൾ

അശേഷംആത്മാവിൽ നിന്നു കഴുകി തുടച്ചുകളകയും ചെയ്യുന്നതുവരെ ദുഃഖങ്ങൾ ദുർഗ്ഗുണങ്ങളുടെ അല്ല സദ്ഗുണങ്ങളുടെ ഫലമാണെന്നു വിചാരിപ്പാനും പറവാനും ആർക്കും അർഹതയില്ലാത്തതാണ്. പരിപൂർണ്ണാവസ്ഥയിലേക്കു പോകുന്ന വഴിക്കും ആ അവസ്ഥയിൽ എത്തുന്നതിനു വളരെ മുൻകൂട്ടിത്തന്നെയും മനസ്സിലും ജീവിതത്തിലും കേവലം ന്യായസ്വരൂപവും മഹത്തുമായ ധർമ്മനിയമം വ്യാപരിച്ചുകൊണ്ടിരിക്കുന്നതു കാണാറാവും. അതു ഗുണത്തിനു പകരം ദോഷവും ദോഷത്തിനു പകരം ഗുണവും നൽകും എന്നുള്ളതു സംഭവ്യമല്ല. അങ്ങനെയുള്ള ജ്ഞാനം സിദ്ധിച്ചശേഷം കഴിഞ്ഞകാലത്തെ അന്ധതയെയും അജ്ഞാനത്തെയും പറ്റി ചിന്തിച്ചനോക്കിയാൽ ജീവിതം ശരിയായ വ്യവസ്ഥയിൽ ഇരിക്കയാണെന്നും ഇരിക്കയായിരുന്നു എന്നും കഴിഞ്ഞ സകല ഗുണദോഷാനുഭവങ്ങളും വികസ്വനവും എന്നാൽ അതുവരെ അവികസിതവുമായ ആത്മാവിന്റെ വളർച്ചയ്ക്ക് ആവശ്യമായ ബാഹ്യവ്യാപാരങ്ങളാണെന്നും അപ്പോൾ അറിയാറാവും. നല്ല വിചാരങ്ങൾക്കും പ്രവൃത്തികൾക്കും ഒരിക്കലും ചീത്തഫലങ്ങളെ ഉല്പാദിപ്പിക്കാൻ കഴിയകയില്ല. ചീത്തവിചാരങ്ങൾക്കും പ്രവൃത്തികൾക്കും സൽഫലങ്ങളെ ഉല്പാദിപ്പിപ്പാനും ഒരിക്കലും കഴികയില്ല. അതും നെല്ലുവിതച്ചാൽ നെല്ലും; നായ്ക്കുരണ വിതച്ചാൽ നായ്ക്കരണയും തന്നെ ഉണ്ടാവും എന്നു പറയുന്നതുപോലെ തന്നെ ബാഹ്യലോകത്തിൽ ഈ നിയമത്തെ മനുഷ്യർ മനസ്സിലാക്കിയിട്ടുണ്ട്. അതിനനുസരിച്ച് പ്രവർത്തിക്കുകയും ചെയ്യുന്നു. എന്നാൽ മാനസികവും ധാർമ്മികവുമായ വിഷയത്തിൽ ഈ നിയമത്തിന്റെ വ്യാപാരം അതുപോലെതന്നെ സ്പഷ്ടവും അവ്യഭിചാരിതവുമാണെങ്കിലും അത് മനസ്സിലാക്കിയിട്ടുള്ളവർ

വളരെ വളരെ ചുരുങ്ങും. അതുകൊണ്ടാണ് ജനങ്ങൾ അതിനെ അനുസരിച്ചു പ്രവർത്തിക്കാത്തത്.

ദുഃഖം എല്ലായ്പ്പോഴും ഏതെങ്കിലും വിഷയത്തിലുള്ള ദുർവിചാരത്തിന്റെ ഫലമാകുന്നു. അത് ഒരുവൻ തനിക്കു (തന്റെ ഉല്പത്തിസ്ഥിതികൾക്കു ഹേതുഭൂതമായിരിക്കുന്ന നിയമത്തിനു) തന്നെ വിരുദ്ധമായ വിധത്തിൽ ജീവിക്കുന്നു എന്നുള്ളതിന്റെ സൂചനമാകുന്നു. ദുഃഖത്തിന്റെ മുഖ്യവും പരമവുമായ പ്രയോജനം നിരുപയോഗവും അശുദ്ധവുമായ സകലത്തെയും ശുദ്ധീകരിക്കയും ഭസ്മീകരിക്കയും ചെയ്യുക എന്നുള്ളതാകുന്നു. പരിശുദ്ധനായി തീർന്നവന് ദുഃഖം അവസാനിക്കുന്നു. അഴുക്ക് അശേഷം പോയ സ്വർണ്ണത്തെ ചുട്ടുപഴുപ്പിച്ചിട്ടു പ്രയോജനമില്ല. പൂർണ്ണശുദ്ധിയും ജ്ഞാനവും ഉണ്ടായ ആത്മാവ് ദുഃഖിക്കയുമില്ല.

ഒരുവൻ കഷ്ടാവസ്ഥകളിൽ ചെന്നു കൂടുന്നത് അവന്റെ സ്വന്തം മാനസികമായ പ്രതികൂലവ്യാപാരത്തിന്റെ ഫലമാകുന്നു. ഒരാൾ സുഖാവസ്ഥകളിൽ ചെന്നു കൂടുന്നതും അയാളുടെ മാനസികമായ അനുകൂലവ്യാപാരങ്ങളുടെ ഫലമാകുന്നു. സദ്വിചാരങ്ങളുടെ ഫലം സുഖമാണ്; സമ്പത്തല്ല, ദുർവിചാരങ്ങളുടെ ഫലം ദുഃഖമാകുന്നു; ദാരിദ്ര്യമല്ല. ഒരുത്തൻ ഭാഗ്യഹീനനും ധനവാനുമായിരിക്കാം. മറ്റൊരുവൻ ഭാഗ്യവാനും എന്നാൽ നിർദ്ധനനും ആയിരിക്കാം, ഭാഗ്യവും സമ്പത്തും ഒത്തുചേരുന്നത് ധനത്തെ ശരിയായും ബുദ്ധിപൂർവമായും ഉപയോഗിക്കുമ്പോൾ മാത്രമാകുന്നു. നിർദ്ധനൻ ദുഃഖത്തിൽ പ്രവേശിക്കുന്നത് തന്റെ ദുർവിധിബലാൽ വന്നു തലയിൽ കയറിയതാണെന്നു വിചാരിക്കുമ്പോൾ മാത്രവുമാകുന്നു.

ഏറ്റവും പ്രിയപ്പെട്ട വിചാരങ്ങളുടെ ഫലാനുഭവത്തിൽ പ്രകൃതി ഓരോരുത്തനേയും സഹായിക്കും. നല്ലതും ചീത്തയുമായ വിചാരങ്ങളെ എത്രയും വേഗത്തിൽ

ഹൃദയത്തിൽ ഉണ്ടാകുന്നതിനുള്ള അവസരങ്ങളും ഒന്നുപോലെ എല്ലാവർക്കും സുലഭമാണ്.

ഒരുത്തൻ ദുഷ്ടവിചാരങ്ങൾ ഹൃദയത്തിൽനിന്ന് അശേഷം വിട്ടുകളകയാണെങ്കിൽ ലോകം മുഴുവൻ അവനോടു രഞ്ജനയിൽ വർത്തിക്കയും അവനെ സഹായിപ്പാൻ തയാറായി നിൽക്കയും ചെയ്യും. ക്ഷുദ്രവും, ദുർബലവുമായ വിചാരങ്ങൾ എല്ലാം തള്ളിക്കളഞ്ഞാൽ ദൃഢമായ നിശ്ചയങ്ങളെ സഫലമാക്കാനുള്ള സൗകര്യങ്ങൾ ഉടനെ തുള്ളിച്ചാടി മുമ്പിൽ വരുന്നതു കാണാം. നല്ല വിചാരങ്ങളെ പോഷിപ്പിച്ചാൽ ഒരിക്കലും ദുർവിധി, കഷ്ടതയിലും ജുഗുപ്സയിലും ഒരുത്തനെ നിത്യമായി ബന്ധിച്ചു നിറുത്തുന്നതല്ല, ലോകം ഒരു ''ചിത്രദർശിനി'' (Calidoscope) ആകുന്നു. ക്ഷണംപ്രതി മാറിമാറി അതിൽ കാണുന്ന വർണ്ണഭേദങ്ങൾ സദാ ചിലച്ചുകൊണ്ടിരിക്കുന്ന സരസമാംവണ്ണം ഘടിപ്പിക്കപ്പെട്ട വിചാരചിത്രങ്ങളുടെ ഛായകളുമാകുന്നു.

എങ്ങിനെ വിചാരിപ്പതിങ്ങനെയാകും മർത്ത്യ
നിങ്ങീവാസ്തവമറിഞ്ഞീടാതെ കുഴങ്ങുന്നോർ
കാലദേശാവസ്ഥയെന്നുള്ളൊരു വെറുവാക്കു
മൂലതത്വമായോർത്തു തൃപ്തിയെ നടിക്കുന്നു
നിന്ദിച്ചീടുന്നൂ നൂനമതിനെയന്തരാത്മാ-
വെന്നുമേ താൻ കേവലം സ്വതന്ത്രനാകയാലേ,
കാലത്തെയാത്മാ ജയിച്ചീടുന്നു ദേശത്തേയും
ചാലവേ വെന്നീടുന്നു; യദൃച്ഛരയെന്നു ചൊല്ലും
ദുരഹങ്കാരമാർന്ന ധൂർത്തനെയതുപോലെ
തമസാ നിർവ്വീര്യനാക്കീടുന്നു മഹാനാത്മാ
കാലദേശാവസ്ഥയാം ദുഷ്ടരാക്ഷസീ ദൗഷ്ട്യ
മേലുമാറാകാതെതൻ ചൊൽപടി നിർത്തിയെന്നും
മുടിപ്പൊന്നഴിപ്പിച്ചിട്ടവളെ ദാസിയാക്കി

വിടുവേലകൾ ചെയ്യിപ്പിക്കുന്നു മഹാനവൻ.
അദൃശ്യവൈഭവമാർന്നിടുന്ന മനശ്ശക്തി
വിദിതനിത്യാത്മാവിൻ സീമന്തസന്താനമാം
അതുതൻ ലക്ഷ്യത്തിങ്കൽ ചെന്നെത്തും തകർത്തുകൊ-
ണ്ടെതിരെ കരിങ്കല്ലിൻ കോട്ടകൾ തടഞ്ഞാലും
കാലതാമസം കണ്ടു കുണ്ഠിതം കലരായ്‌വി-
നാലോചിച്ചടങ്ങി വാണീടുന്നു വിവേകികൾ
നിശ്ചയമാത്മാവുണർന്നേകുന്ന ശാസനക-
ളീശ്വരന്മാരും കേട്ടു വഴങ്ങിയെന്നേ വരൂ.

5

വിചാരവും ശരീരസ്ഥിതിയും

Enter Caption

ശരീരം മനസ്സിന്റെ ആജ്ഞയിൽ നിൽക്കയാണ്. അതു ബുദ്ധിപൂർവ്വമോ സഹജമോ ആയ മനോവ്യാപാരങ്ങൾക്കെല്ലാം കീഴ് വഴങ്ങുന്നു.

അധർമ്മവിചാരങ്ങൾക്കു കീഴ്പ്പെടുമ്പോൾ ശരീരം രോഗത്തിൽ കുടുങ്ങുകയും ക്ഷീണിക്കയും ചെയ്യുന്നു. പ്രസന്നവും ശുഭവുമായ വിചാരങ്ങളാൽ ശരീരത്തിനു താരുണ്യവും വർദ്ധിക്കുന്നു.

രോഗവും ആരോഗ്യവും പര്യന്താവസ്ഥകൾ പോലെ തന്നെ വിചാരത്തിൽ നിന്നാണുത്ഭവിക്കുന്നത്. അശുഭവിചാരങ്ങൾ അനാരോഗ്യത്തിന്റെ ഫലമാണ്. ഭയവിഷയവിചാരങ്ങൾ മനുഷ്യരെ വെടിയുണ്ടപോലെ ശീഘ്രത്തിൽ കൊല്ലുമെന്നുള്ളതു പ്രസിദ്ധമാകുന്നു. എത്രയോ ആയിരം ആളുകളെ ഇപ്പോഴും അങ്ങനെയുള്ള വിചാരങ്ങൾ അത്ര ശീഘ്രത്തിൽ അല്ലെങ്കിലും അതുപോലെ നിശ്ചയമായും കൊന്നു കൊണ്ടിരിക്കുന്നുമുണ്ട്. രോഗത്തെപ്പേടിച്ചു വാഴുന്ന ജനങ്ങളാണ് രോഗത്തിന്നിരയായിത്തീരാറുള്ളത്. ആധി ശരീരധാതുക്കളെ മുഴുവൻ ദുഷിപ്പിക്കുകയും വ്യാധിക്കു വാതൽ തുറന്നു കൊടുക്കുകയും ചെയ്യുന്നു. ദുർവ്വിഷയത്തിൽ ശരീരം പെട്ടിട്ടില്ലെങ്കിൽ കൂടിയും തൽസംബന്ധമായ വിചാരങ്ങളാൽ സിരാബന്ധങ്ങൾക്കു ശൈഥില്യം നേരിടുന്നതാണ്.

ശക്തിമത്തും ശുദ്ധവും സുഖകരവുമായ വിചാരങ്ങളാൽ ശരീരത്തിന് ഓജസ്സും ലാവണ്യവും സിദ്ധിക്കുന്നു. ശരീരം മൃദുവും യഥേഷ്ടം ഉപയോഗിക്കാവുന്നതുമായ ഒരു ഉപകരണമാണ്. അതിൽ പതിഞ്ഞിട്ടുള്ള വിചാരങ്ങൾക്കു തക്കവണ്ണം അതു ചേഷ്ടിക്കുന്നു. പരിചിതമായ വിചാരങ്ങൾ നല്ലതായാലും ചീത്തയായാലും അവയുടെ ഫലത്തെ ശരീരത്തിന്മേൽ വരുത്തുകയും ചെയ്യും

മനസ്സിൽ അശുദ്ധവിചാരങ്ങളെ പ്രചരിപ്പിച്ചുകൊണ്ടിരിക്കുന്നു. കാലം വരെ ശരീരത്തിൽ രക്തം, തുടർന്നുകൊണ്ട് അശുദ്ധവും വിഷദൂഷിതവുമായിത്തന്നെ ഇരിക്കും. മനശുദ്ധിയിൽ

നിന്നാണ് ജീവിതശുദ്ധിയും ശരീരശുദ്ധിയും ഉണ്ടാകുന്നത്. മനസ്സിന്റെ അശുദ്ധികൊണ്ടാണ് ജീവിതം അശുഭമായും ശരീരം ദോഷദൂഷിതമായും തീരുന്നത്. കർമ്മം ജീവിതം, പരിണാമം ഇവയുടെ എല്ലാം ഉത്ഭവസ്ഥാനം വിചാരമാണ്. ഈ ഉത്ഭവസ്ഥാനത്തെ ശുദ്ധമാക്കി സൂക്ഷിച്ചുകൊണ്ടാൽ എല്ലാം ശുദ്ധമായിരിക്കും.

വിചാരങ്ങളെ മാറ്റാത്ത ആൾ ആഹാരസാധനങ്ങളെ മാറ്റിയതുകൊണ്ടു ഗുണമൊന്നുമില്ല. വിചാരങ്ങളെ ശുദ്ധമാക്കിയാൽ പിന്നെ അശുദ്ധാഹാരങ്ങളിൽ പ്രീതിതോന്നുന്നതുമല്ല.

ശുദ്ധവിചാരങ്ങൾകൊണ്ടു ശുചിത്വമുണ്ടാകുന്നു. കുളിക്കാത്ത യോഗിവേഷധാരികൾ യോഗികളല്ല. വിചാരത്തെ ശക്തിമത്തും പരിശുദ്ധവുമാക്കി ചെയ്തിട്ടുള്ള മഹാൻ അപായങ്ങളായ സാംക്രമികരോഗാണുക്കളെ കൂട്ടാക്കേണ്ടതില്ല.

ശരീരത്തെ സംരക്ഷിക്കണമെങ്കിൽ മനസ്സിനെ സൂക്ഷിച്ചുകൊള്ളുക; ശരീരത്തെ പുതുപ്പിക്കണമെങ്കിൽ മനസ്സിനെ രമ്യമാക്കുക. ദ്രോഹം, അസൂയ, കുണ്ഠിതം, നൈരാശ്യം ഇവ ശരീരത്തിന്റെ ആരോഗ്യസൗന്ദര്യങ്ങളെ അപഹരിച്ചുകളയും. മുഖത്തിന്റെ രൂക്ഷത ഒരാൾക്ക് യദൃച്ഛയായി വരുന്നതല്ല. രൂക്ഷവിചാരങ്ങളിൽനിന്നുണ്ടാകുന്നതാകുന്നു. മുഖശ്രീക്കു ഹാനികരമായ വഴികൾ മൗഢ്യത രാഗദ്വേഷങ്ങൾ, ദുരഭിമാനം ഇവയാൽ ഉണ്ടാകുന്നതാകുന്നു.

തൊണ്ണൂറ്റഞ്ചുവയസ്സായ ഒരു വൃദ്ധയെ എനിക്കറിയാം; അവരുടെ മുഖം ഒരു പെൺകുട്ടിയുടെ നിഷ്പടമായ മുഖംപോലെ പ്രസന്നമായിരിക്കുന്നു. ഒരു നല്ല നടുപ്രായക്കാരനായ മനുഷ്യനേയും എനിക്കറിയാം. അയാളുടെ മുഖം താറുമാറായുള്ള അനേകം വരികൾകൊണ്ടു

വിരൂപമായിരിക്കുന്നു. ആദ്യത്തേതും, മധുരവും പ്രസന്നവുമായ സ്വഭാവത്തിന്റെയും ഒടുവിൽ പറഞ്ഞത്, രോഗദ്വേഷങ്ങൾ അതൃപ്തി ഇവയുടേയും ഫലമാകുന്നു. വാസസ്ഥലം സുഖമായും ശുചിയായും ഇരിക്കേണമെങ്കിൽ മുറികളിലെല്ലാം കാറ്റും സൂര്യപ്രകാശവും ധാരാളം കടപ്പാൻ അനുവദിക്കേണ്ടതാണല്ലോ. അതുപോലെ ശരീരദാർഢ്യവും, പ്രസാദം സന്തുഷ്ടി ഇവയോടുകൂടിയ മുഖഭാവവും, മനസ്സിൽ സന്തോഷം, പരഹിതബുദ്ധി, സമാധാനം ഇവ നിറഞ്ഞ വിചാരങ്ങളെ ധാരാളം കടത്തിവിടുന്നതിൽനിന്നു മാത്രമേ ഉണ്ടാവൂ.

വൃദ്ധന്മാരുടെ മുഖത്ത് പലമാതിരി വരികൾ കാണാം. അവയിൽ ചിലത് അനുകമ്പയുടേയും മറ്റു ചിലതു രാഗദ്വേഷങ്ങളുടേയും ആകുന്നു. ഇവയെ ആർക്കും തിരിച്ചറിഞ്ഞുകൂടാ; ധർമ്മനിഷ്ഠരായി ജീവിതം നയിച്ചവർക്കു വാർദ്ധക്യം സൂര്യാസ്തമയം പോലെ ശാന്തവും, സമാധാനയുക്തവും, സൗമൃവുമായ ഒരു പരിണാമമാണ്. ഒരു തത്ത്വജ്ഞാനി മരണശയ്യയിൽ കിടക്കുന്നതു ഞാൻ ഈയിടെ കണ്ടു. അദ്ദേഹം പ്രായം കൊണ്ടല്ലാതെ മറ്റൊന്നുകൊണ്ടും വൃദ്ധനല്ലായിരുന്നു. അദ്ദേഹം മരിച്ചതു ജീവിച്ചിരുന്നാലത്തെപ്പോലെതന്നെ സുഖത്തോടും സമാധാനത്തോടും കൂടി ആയിരുന്നു.

ശരീരത്തിലെ രോഗങ്ങളെ നീക്കുന്നതിനു മാനസോല്ലാസത്തെപ്പോലെ അത്ര നല്ല ചികിത്സകൻ വേറെ ഇല്ല. വിഷാദം, വ്യസനം ഇവയുടെ ലാഞ്ഛനങ്ങളെ ഹൃദയത്തിൽ നിന്ന് ആട്ടിയകറ്റിക്കളയുന്നതിനു പരഹിതകാംക്ഷയെപ്പോലെ അത്ര നല്ല സാന്ത്വനമാക്കാൻ വേറെ ഇല്ല. ഇടവിടാതെ ദ്രോഹചിന്ത, പരനിന്ദ, സംശയം, അസൂയ ഇവ നിറഞ്ഞ വിചാരങ്ങളോടുകൂടി ജീവിച്ചിരിക്കുന്നതു സ്വയംകൃതമായ ഒരു പാറാവിൽ

തന്നെത്താൻ അടച്ചുപൂട്ടി താമസിക്കുന്നതിനു തുല്യമാകുന്നു. മറിച്ച്, എല്ലാവരേയും പറ്റി ഗുണമായി ചിന്തിക്ക, എല്ലാവരോടും സന്തോഷപൂർവ്വം വർത്തിക്ക, എല്ലാവരുടേയും ഗുണത്തെമാത്രം ഗ്രഹിപ്പാൻ ക്ഷമയോടുകൂടി പഠിക്ക ഇങ്ങനെയുള്ള അസ്വാർത്ഥമായ വിചാരങ്ങൾ സാക്ഷാൽ സ്വർഗ്ഗത്തിന്റെ വാതിലുകളും ആകുന്നു. എല്ലാ ജന്തുക്കളുടെയും നേരെ സമാധാനപൂർവമായ വിചാരങ്ങളോടുകൂടി ദിവസംപ്രതി ജീവിതം കഴിച്ചുകൂട്ടുന്ന ശീലമാണ് ഒരുത്തന് അളവറ്റ വിശ്രമസുഖത്തെ നല്കുന്നതാകുന്നത്.

6

വിചാരവും സങ്കല്പവും

Enter Caption

വിചാരത്തെ സങ്കല്പത്തോടു ഘടിപ്പിക്കാതെ ഒരു കാര്യത്തിന്റെയും ബുദ്ധിപൂർവമായ നിർവ്വഹണം സാദ്ധ്യമല്ല. അധിക ജനങ്ങളുടേയും വിചാരമാകുന്ന തോണി ജീവിതസമുദ്രത്തിൽ അമരക്കാരനില്ലാതെ അലഞ്ഞുതിരിയുകയാകുന്നു. ലാക്കില്ലായ്മ ഒരു ദുർഗുണമാണ്. അപകടവും അപായവും കൂടാതെ ജീവിതയാത്ര ചെയ്യണമെന്നാഗ്രഹിക്കുന്നവർ വിചാരത്തെ അങ്ങനെ അലഞ്ഞുതിരിയുവാൻ സമ്മതിക്കരുത്.

ജീവിതത്തിൽ പ്രധാനമായ ഒരു സങ്കല്പ (ഉദ്ദേശം) ഇല്ലാത്തവർ എളുപ്പത്തിൽ നിസ്സാരമായ മനഃപീഡ, ഭയം, ദുഃഖം, കൃപണത ഇവയ്ക്ക് ഇരയായിത്തീരുന്നു. ഇപ്പറഞ്ഞവയെല്ലാം ദൗർബല്യത്താൽ ഉണ്ടാകുവന്നവയാണ്. അവയെല്ലാം മനഃപൂർവമായി ചെയ്ത പാപകർമ്മങ്ങൾ പോലെതന്നെ നിശ്ചയമായും (മറ്റൊരു മാർഗ്ഗത്തിലൂടെ ആണെങ്കിലും) അപജയം, അസുഖം, നാശം ഇവയിൽ കൊണ്ടുവിടുന്നതാകുന്നു. എന്തുകൊണ്ടെന്നാൽ ശക്തികളെ മാത്രം ആവിഷ്കരിച്ചുകൊണ്ടിരിക്കുന്ന ബ്രഹ്മാണ്ഡത്തിനുള്ളിൽ ദൗർബല്യത്തിന് ഇടഞ്ഞു നിൽപ്പാൻ കഴിയുന്നതല്ല.

ന്യായമായ ഏതെങ്കിലും ഒരു സംഗതിയെ ഉള്ളിൽ സങ്കല്പിച്ച് അതിന്റെ നിർവഹണത്തിനായി ഓരോരുത്തനും യത്നിക്കേണ്ടതാകുന്നു. ആ സങ്കല്പത്തെ തന്റെ എല്ലാ വിചാരങ്ങളുടേയും കേന്ദ്രമായി വെച്ചുകൊള്ളണം. സങ്കല്പ അദ്ധ്യാത്മമായ ഏതെങ്കിലും നിഷ്ഠയെ സംബന്ധിച്ചുള്ളതായിരിക്കാം. അല്ലെങ്കിൽ ഏതെങ്കിലും ലൗകികവിഷയത്തെ സംബന്ധിച്ചുള്ളതായിരിക്കാം. അത് അവനവന്റെ തൽക്കാലത്തെ മനോഭാവം അനുസരിച്ച്

എന്തെങ്കിലും ആയിരുന്നുകൊള്ളട്ടെ. ഏതു തന്നെ ആയാലും താൻ പിടിച്ച ആ സങ്കല്പത്തിന്മേൽ വിചാരശക്തികളെ മുഴുവൻ സ്ഥിരമായി പ്രയോഗിക്കണം. ആ സങ്കല്പത്തെ തന്നെ പരമമായ കർത്തവ്യമാക്കിക്കൊള്ളണം. വിചാരങ്ങളെ അസ്ഥിരമായ മനോരാജ്യങ്ങളിലും ആഗ്രഹങ്ങളിലും വിഭാവനകളിലും തെണ്ടിമണ്ടാൻ സമ്മതിക്കാതെ ആ സങ്കല്പത്തെ നിറവേറ്റുന്നതിൽ തന്നെ നിങ്ങൾ ബദ്ധശ്രദ്ധരായിരിക്കുകയും വേണം. ആത്മ സംയമനത്തെ അല്ലെങ്കിൽ മനോനിയമനത്തെ പ്രാപിക്കുന്നതിനുള്ള രാജപാത ഇതാകുന്നു. സംഗതി സാധിക്കാതെ വീണ്ടുംവീണ്ടും ശ്രമത്തിൽ തോൽവികൾ നേരിട്ടാലും (ദൗർബല്യത്തെ മുഴുവൻ ജയിക്കുന്നതുവരെ അവശ്യമായും അങ്ങനെ വരുന്നതാണ്) അതുകൊണ്ടു ലഭിക്കുന്ന സ്ഥിരനിഷ്ഠാ ശീലം തന്നെ യഥാർത്ഥമായ ഒരു വിജയമാണ്. അതു ഭാവിയായ ശക്തിക്കും വിജയത്തിനും കാരണമായിത്തീരുന്നതുമാകുന്നു.

വലിയ സങ്കല്പങ്ങൾക്കൊന്നിനും താല്പര്യമില്ലാത്തവർ വിചാരങ്ങളെ അവരുടെ സ്വന്തകർത്തവ്യകർമ്മങ്ങളിന്മേൽ (അവ എത്ര നിസ്സാരമായിരുന്നാലും വേണ്ടില്ല) ദൃഢമായി നിറുത്തണം. വിചാരങ്ങളെ സ്വരൂപിച്ചു ഏകാഗ്രപ്പെടുത്താനും, മനഃശക്തിയെയും നിശ്ചയദാർഢ്യത്തെയും പുഷ്ടിപ്പെടുത്താനും ഇതൊരു മാർഗ്ഗമേയുള്ളു. ഇതു സാധിച്ചാൽ പിന്നെ അസാദ്ധ്യമായി ഒന്നും കാണുകയില്ല.

അതി ദുർബ്ബലമായ മനസ്സു കൂടിയും അതിന്റെ ദൗർബല്യത്തെ ഓർമ്മിക്കുകയും, ശക്തി വർദ്ധിപ്പിക്കാൻ അധ്വാനവും അഭ്യാസവും ഉണ്ടെങ്കിൽ മാത്രമേ സാധിക്കൂ എന്നു വിശ്വസിക്കുകയും ചെയ്താൽ ഉടനെ അത് അതിനായി യത്നിക്കുന്നതാണ്; അങ്ങനെ യത്നിച്ചു യത്നിച്ചു ക്ഷമയേയും ശക്തിയേയും വർദ്ധിപ്പിച്ചു നിരന്തരമായി അത്

പുഷ്ടിപ്പെടുകയും ഒടുവിൽ അത്ഭുതകരമായ ശക്തി സമ്പാദിക്കുകയും ചെയ്യും

ദുർബലന്മാർ ബുദ്ധിപൂർവ്വം കായികവ്യായാമങ്ങളെ ശീലിച്ചു ക്ഷമയോടുകൂടി അഭ്യസിക്കുന്നതുകൊണ്ടു ബലവാന്മാരായിത്തീരുന്നതുപോലെ ദുർബലമനസ്സന്മാരും നല്ല വിചാരങ്ങളെ നിരന്തരമായും ക്ഷമയോടുകൂടിയും അഭ്യസിച്ചാൽ അവരുടെ മനസ്സുകൾ ശക്തിമത്തുക്കളായിത്തീരുന്നതാണ്.

ലാക്കില്ലായ്മയും ദൗർബല്യവും വിട്ടുകളയും. ഉദ്ദേശത്തോടുകൂടി മനസ്സിനെ വ്യാപരിപ്പിപ്പാൻ തുടങ്ങുകയും ചെയ്യുന്നത്, തോൽവിയെ വിജയത്തിന്റെ പല കാരണങ്ങളിൽ ഒന്നായി പരിഗണിക്കുകയും, എല്ലാ അവസ്ഥകളെയും അനുകൂലാവസ്ഥകളായി കാണുകയും, സംഗതികളെപ്പറ്റി ശക്തിയോടെ വിചാരിക്കുകയും, നിർഭയമായി യത്നിക്കുകയും സാമർത്ഥ്യത്തോടുകൂടി അവയെ നിർവഹിക്കുകയും ചെയ്യുന്ന ശക്തിമാന്മാരായ മഹാന്മാരുടെ പദവിയിലേക്കു കാലുവയ്ക്കുകയാകുന്ന. സങ്കല്പത്തെ മനസ്സിൽ കരുതിക്കഴിഞ്ഞാൽ അതിന്റെ നിർവഹണത്തിനായി ഇടവും വലവും തിരിഞ്ഞുനോക്കാതെ ചൊവ്വേയുള്ള ഒരുവഴി മനസ്സുകൊണ്ടു കുറിക്കണം. സംശയം, ഭയം ഇതുകളെ അശേഷം ദൂരെ തള്ളിക്കളയണം. അതുകളാന്ന് പ്രധാനപ്രതിബന്ധങ്ങൾ. ചൊവ്വേയുള്ള പ്രയത്നമാർഗ്ഗത്തെ തടുത്ത് അതിനെ കുടിലവും കിഞ്ചിൽകരവും നിരുപയോഗവുമാക്കുന്നത് അതുകളാണ്. സംശയവും ഭയവുമുള്ള മനസ്സു ഒരിക്കലും ഒരു കാര്യവും സാധിച്ചിട്ടില്ല; ഒരിക്കലും അതിന് സാധിപ്പാൻ കഴികയുമില്ല. സംശയവും ഭയവും എപ്പോഴും തോൽവിക്കു വഴി കാട്ടിക്കൊടുക്കുന്നു. അവ ഉള്ളിൽ കടന്നു കൂടിയാൽ സങ്കല്പ, വീര്യം, കൃത്യാശക്തി മുതലായ പ്രൗഢമെന്നോ ധർമ്മങ്ങൾ എല്ലാം

നിലച്ചുപോകുന്നു. പ്രവൃത്തിയിൽ ഇച്ഛയുണ്ടാകുന്നതു തന്നാൽ കഴിയുമെന്നുള്ള ജ്ഞാനത്തിൽ നിന്നാകുന്നു. സംശയവും ഭയവും ജ്ഞാനത്തിന്റെ വൈരികളാണ്. അവയെ ധ്വംസിക്കാതെ വെച്ചുപോറ്റുന്നത് തന്റെ മേൽശാന്തിയെ താൻതന്നെ തടുക്കുകയാകുന്നു.

സംശയത്തെയും ഭയത്തെയും ജയിച്ചവന്റെ മുമ്പിൽ തോൽവി തലപൊക്കുന്നതല്ല. അവന്റെ ഓരോ വിചാരത്തിലും ശക്തികൾ എപ്പോഴുംസംഘടിച്ചിരിക്കും. എല്ലാ വിപത്തുകളെയും അവൻ ധീരതയോടെ നേരിടുകയും ബുദ്ധിപൂർവമായി ജയിക്കുകയും ചെയ്യും. അവന്റെ സങ്കല്പങ്ങൾ കാലം തെറ്റാതെ നട്ട ചെടികൾപോലെ പുഷ്ടിയെ പ്രാപിക്കും. അവ ക്ലിപ്തകാലത്തിൽ പൂക്കുകയും പാകമാകുംമുമ്പെ പൊഴിഞ്ഞു നിഷ്പ്രയോജനമായിപ്പോകാത്ത സൽഫലങ്ങളെ നൽകുകയും ചെയ്യും.

സങ്കല്പത്തോടു നിർഭയമായി യോജിച്ചു നിൽക്കുന്ന വിചാരം സൃഷ്ടിശക്തിയായിത്തീരുന്നു. ഈ തത്വം അറിഞ്ഞവൻ വെറും മനശ്ചാഞ്ചല്യത്തിന്റെയും ഇന്ദ്രിയ ചാപല്യങ്ങളുടെയും ഒരു ഭാണ്ഡം മാത്രമായിട്ടു ജീവിച്ചിരിക്കുകയില്ല. അതിനെക്കാൾ ഉയർന്നതും ബുദ്ധിമത്തുമായ വസ്തുവായിത്തീരാൻ സന്നദ്ധനായിരിക്കും. അങ്ങനെ ചെയ്യുന്നവൻ മനശക്തികളെ ബുദ്ധിപൂർവ്വം വിനിയോഗിക്കുന്ന നിയോക്താവായും തീരും.

7

വിചാരവും കാര്യസിദ്ധിയും

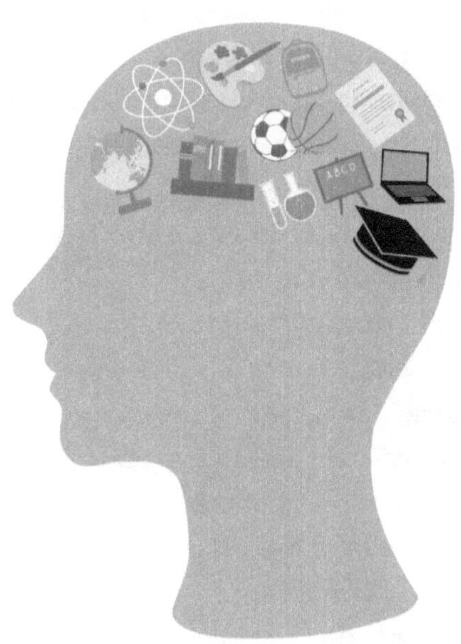

Enter Caption

ഒരുവനുണ്ടാകുന്ന എല്ലാ കാര്യസിദ്ധികളും എല്ലാ തോൽവികളും ശരിയായും അവന്റെ വിചാരങ്ങളുടെ ഫലമാകുന്നു. ഒന്നിന്റെ സമനില തെറ്റിയാൽ സർവ്വത്തിനും നാശമുണ്ടാകത്തക്കവണ്ണം ഓരോന്നും അത്ര ക്രമപ്പെടുത്തി വെക്കപ്പെട്ടിരിക്കുന്ന ഈ പ്രപഞ്ചത്തിൽ ഓരോന്നിനും അവശ്യമായും അതാതിന്റെ ഉത്തരവാദിത്വം ഉണ്ടായിരിക്കണം. ഒരാൾക്കുള്ള ബലവും ബലഹീനതയും ശുദ്ധിയും അശുദ്ധിയും എല്ലാം അയാളുടെ സ്വന്തം തന്നെ ആയിരിക്കണം. മറ്റൊരാളുടേതല്ല. അവയെ അയാൾ തന്നെ ഉണ്ടാക്കിയതാണ്. മറ്റൊരുത്തനുണ്ടാക്കിയതല്ല. അവയെ ഭേദപ്പെടുത്താനും അയാൾക്കേ കഴിയൂ; മറ്റൊരാൾക്കു കഴികയില്ല. തന്റെ സ്ഥിതിയും തന്റേതുതന്നെയാണ്; മറ്റൊരുത്തന്റേതല്ല. തന്റെ സുഖാനുഭവങ്ങളും തന്റെ ഉള്ളിൽ നിന്നുതന്നെ ആവിർഭവിച്ചിട്ടുള്ളതാകുന്നു. താൻഎങ്ങനെ വിചാരിക്കുന്നുവോ അങ്ങനെയിരിക്കുന്നു, തന്റെ വിചാരം എങ്ങനെ തുടർന്നുകൊണ്ടിരിക്കുന്നുവോ അതുപോലെതന്നെ താൻ ജീവിക്കുകയും ചെയ്യുന്നു.

ബലവാനു ബലഹീനനെ സഹായിപ്പാൻ, അയാൾ സഹായം കിട്ടേണമെന്ന് ആഗ്രഹിക്കുമ്പോളല്ലാതെ സാധിക്കുന്നതല്ല. അപ്പോഴും ബലഹീനൻ സഹായത്താൽ ബലവാനാകുന്നത് നിശ്ചയമമായും തന്നത്താൻ അങ്ങനെയാവാൻ അയാൾ വിചാരിച്ചിട്ടാകുന്നു. മറ്റൊരുത്തനിൽ കണ്ടിട്ട് ആശ്ചര്യം തോന്നുന്ന ബലം തന്നിൽ വർദ്ധിപ്പിച്ചാൽ കൊള്ളാമെന്നു വിചാരിച്ചു ശ്രമിച്ചെങ്കിൽ മാത്രമേ തനിക്കുണ്ടാവൂ. അവനവന്റെ സ്ഥിതിയെ മാറ്റാൻ അവനവനു മാത്രമെ കഴിയൂ.

ഒരുത്തൻ അക്രമിയായ കാരണത്താൽ അനേകംപേർ അവന്റെ അടിമകളായി തീർന്നിരിക്കുന്നു എന്നും ആ അക്രമിയെ നാം വെറുക്കേണ്ടതാണെന്നും ജനങ്ങൾ സാധാരണമായി പറയുകയും വിചാരിക്കുകയും ചെയ്തുവരുന്നു. എന്നാൽ ഈ നിർണ്ണയത്തിന് വിരോധമായി ഒരുത്തൻ അക്രമിയായിത്തീർന്നത്. അനേകം പേർ അടിമകളായിരിക്കുന്നതിനാലാണെന്നും അവ അടിമകളെ (സ്വബുദ്ധിയില്ലാത്ത ജനങ്ങളെ) നാം വെറുക്കേണ്ടതാണെന്നും ഈയിടെ ഏതാനും ചിലർ വിചാരിപ്പാൻ തുടങ്ങിയിരിക്കുന്നതായി കാണുന്നുണ്ട്. അവരുടെ എണ്ണം വർദ്ധിച്ചുവരികയും ചെയ്യുന്നു. വാസ്തവത്തിൽ അക്രമികളും അടിമകളും അറിയാതെ അന്യോന്യം സഹായിക്കുകയാണ്. കാഴ്ചയിൽ അവർ അങ്ങോട്ടുമിങ്ങോട്ടും ദ്രോഹം ചെയ്തതാണെന്നു തോന്നിയാലും താന്താങ്ങൾക്കുതന്നെ ദ്രോഹം ചെയ്തതാണ്; അതാണു സത്യം. പൂർണ്ണമായ ജ്ഞാനദൃഷ്ടി കൊണ്ടു നോക്കിയാൽ,.

അക്രമത്തിനു കീഴടങ്ങിയവരുടെ ബലഹീനതയിലും അക്രമികളുടെ ദുർവിനിയോഗം ചെയ്തിരിക്കുന്ന ബലത്തിലും ക്രിയാനിയമം ഒന്നുപോലെ പ്രവർത്തിക്കുന്നതായി കാണാം. പൂർണ്ണമായ സ്നേഹദൃഷ്ടികൊണ്ടു നോക്കിയാൽ രണ്ടവസ്ഥയും ദുഃഖകരമാണെന്നു കാണുന്നതുകൊണ്ടു ഒരു കൂട്ടരിലും വെറുപ്പു തോന്നുകയില്ല. പൂർണ്ണാനുകമ്പയുള്ള ഹൃദയം അക്രമിയെയും അക്രമത്തിനു കീഴ്പ്പെട്ടവരെയും ഒന്നു പോലെ ആശ്ലേഷിക്കയും ചെയ്യും.

ബലഹീനതയെ ജയിക്കയും സ്വാർത്ഥവിചാരത്തെ അശേഷം ത്യജിക്കയും ചെയ്തിട്ടുള്ള ഒരുവൻ അക്രമിയായിരിക്കയോ അക്രമത്തിനു കീഴ്പ്പെടുകയോ

ചെയ്യുന്നതല്ല. അവനാണ് സ്വതന്ത്രൻ.

വിചാരങ്ങളുടെ നിലയെ ഉയർത്തിയെങ്കിൽ മാത്രമേ ഉന്നതിയും ജയവും കാര്യസിദ്ധിയും ഉണ്ടാവൂ. അങ്ങനെ ചെയ്യാത്തവൻ എന്നേക്കും ബലഹീനനായും നിന്ദ്യനായുംദുഃഖിതനായും തന്നെയായിരിക്കും.

ഒരാൾക്കു ഏതെങ്കിലും ലൗകിക കാര്യങ്ങൾതന്നെ സാധിക്കേണമെങ്കിൽ ആദ്യമേ വിചാരങ്ങളെ ജന്തു സാധാരണമായ ഭോഗേച്ഛയുടെ ആവേശത്തിൽനിന്ന് അയാൾ വിടുർത്തിവക്കേണ്ടതാണ്. കാര്യസിദ്ധിയുണ്ടാകുന്നതിനായി ജന്തുസ്വഭാവവും സ്വാർത്ഥതയും അശേഷം വെടിഞ്ഞേതീരു എന്നില്ല. എന്നാൽ അതിന്റെ ഒരംശമെങ്കിലും വെടിഞ്ഞേ കഴിയൂ. ഒരുത്തന്റെ പ്രധാന ചിന്ത മൃഗസാധാരണമായ ലോകസുഖങ്ങളനുഭവിക്കുന്നതിലാണെങ്കിൽ അവന് ഒരു സംഗതിയെപ്പറ്റി പണ്ഡിതമായി വിചാരിപ്പാനോ ക്രമമായി അതിനെ നിർണ്ണയിപ്പാനോ സാധിക്കയില്ല. അവന്റെ ഉള്ളിൽ അടങ്ങിക്കിടക്കുന്ന ശക്തികളെ കാണുകയോ അവയെ വർദ്ധിപ്പിക്കയോ ചെയ്‌വാൻ അവനു കഴികയില്ല. അതുകൊണ്ട് അവൻ ഏർപ്പെടുന്ന സംഗതികളിലൊക്കെ തോൽവിയുണ്ടാകും. വിചാരങ്ങളെ പൗരുഷംകൊണ്ടു നിയമനം ചെയ്‌വാൻ ശീലിച്ചിട്ടില്ലാത്തതിനാൽ അവനു കാര്യഭരണത്തിനും ഗൗരവമുള്ള കൃത്യങ്ങളിൽ ചുമതല ഏൽക്കുന്നതിനും ത്രാണിയില്ലാതെ ആയിത്തീരുന്നു. സ്വമേധയായി ഏതെങ്കിലും ഒന്നു പ്രവർത്തിപ്പാനോ സ്വാതന്ത്ര്യത്തോടെ ഏതിലെങ്കിലും തലയിട്ടു നില്പാനോ അവന് യോഗ്യതവരുന്നില്ല. എന്നാൽ തനിക്കുള്ള ഈ പ്രതിബന്ധമെല്ലാം അയാൾ തന്നത്താൻ സ്വീകരിച്ചിട്ടുള്ള വിചാരങ്ങളാൽമാത്രം ഉണ്ടായിട്ടുള്ളതുമാകുന്നു

ത്യാഗം കൊണ്ടല്ലാതെ ഒരു അഭിവൃദ്ധിയും ഒരു കാര്യസിദ്ധിയും ആർക്കും ഉണ്ടാകുന്നതല്ല. ഒരുത്തന് ഐഹിക കാര്യങ്ങളിലുണ്ടാകുന്ന നോട്ടങ്ങളെല്ലാം രാഗദ്വേഷസമ്മിശ്രമായ വിചാരങ്ങളെ ത്യജിക്കുന്നതിന്റെയും ഉദ്ദിഷ്ട സംഗതിയുടെ നിർവ്വഹണത്തിൽ മനസ്സിനെ ഏകാഗ്രപ്പെടുത്തുന്നതിന്റെയും നിശ്ചയബുദ്ധിയേയും ആത്മവിശ്വാസത്തേയും ബലപ്പെടുത്തുന്നതിന്റെയും തോതനുസരിച്ച് മാത്രമായിരിക്കുന്നതാണ്. വിചാരങ്ങളെ എത്ര ഉയർന്ന വിഷയങ്ങളിലേക്ക് കൊണ്ടു പോകുന്നുവോ അത്ര അധികം പൊരുഷവും നിഷ്ക്കപടതയും, ധർമ്മനിഷ്ഠയും ഒരുവനുണ്ടാകുന്നതാണ്. അവന്റെ വിജയങ്ങൾ അത്ര വലുതായും കാര്യസിദ്ധികൾ അത്രയധികം ഭാഗ്യയുക്തമായും സ്ഥിരമായും ഇരിക്കുന്നതുമാണ്.

അത്യാഗ്രഹിയൊ അസത്യവാനൊ അധർമ്മിഷ്ഠനൊ ആയ ഒരുവന് ഈ ലോകം പുറമേ അനുകൂലിക്കുന്നതായി ചിലപ്പോൾ തോന്നിയാവും വാസ്തവത്തിൽ അനുകൂലിക്കുന്നതല്ല. സത്യനിഷ്ടനും വിശാല ഹൃദയനും ധർമ്മതല്പ്പരനുമായ മനുഷ്യനു മാത്രമേ ലോകം അനുകൂലിക്കുന്നുള്ളൂ. ലോകത്തുണ്ടായിട്ടുള്ള ആചാര്യന്മാരെല്ലാം ഈ വസ്തുതയെ പല പ്രകാരത്തിൽ വിളിച്ചുപറഞ്ഞിട്ടുണ്ട്. അതിനെ തെളിയിക്കുകയോ അനുഭവിച്ചറിയുകയോ ചെയ്യുന്നതിന് വിചാരങ്ങളെ ഉൽകൃഷ്ടവിഷയങ്ങളിലേക്ക് നയിച്ചു ധർമ്മനിഷ്ഠയെ നിരന്തരമായി പരിശീലിച്ചു നോക്കിയാൽ മതി.

വിജ്ഞാനസംബന്ധമായ സിദ്ധികൾ എല്ലാം തത്വാന്വേഷണവിഷയത്തിലൊ, ജീവിതത്തിലും പ്രകൃതിയിലുമുള്ള സത്യവും സൗന്ദര്യവും കണ്ടുപിടിക്കുന്നതിലൊ വിനിയോഗിച്ചിട്ടുള്ള ഏകാഗ്രമായ വിചാരത്തിന്റെ ഫലമാകുന്നു. ആവക സിദ്ധികൾ ചിലപ്പോൾ

ഡംഭം ദുർമ്മോഹം ഇവയോട് കലർന്നിരിക്കുന്നതായി കാണാം. എന്നാൽ അവ ആദുർഗ്ഗുണങ്ങളുടെ ഫലമല്ല; ദീർഘകാലത്തെ കഠിനമായ പ്രയത്നത്തിന്റെയും പരിശുദ്ധവും സ്വാർത്ഥരഹിതവുമായ വിചാരത്തിന്റെയും സ്വാഭാവികമായ ഫലമാകുന്നു.

ആദ്ധ്യാത്മികമായ സിദ്ധികൾ സാത്വികമായ ശുഭേച്ഛയുടെ പരിപൂർത്തിയാണ്. ഉദാരവും ഉൽകൃഷ്ടവുമായ അഭിപ്രായങ്ങളോടുകൂടി ജീവിക്കയും ശുദ്ധവും സംശയരഹിതവുമായ വിചാരങ്ങളെ സദാ പരിശീലിക്കയും ചെയ്യുന്ന പുരുഷൻ ക്രമേണ ഉച്ചരസ്ഥാനത്തിലേക്ക് പൊങ്ങുന്ന സൂര്യനെപ്പോലെയും പൂർണ്ണതയെ പ്രാപിക്കുന്ന ബാലചന്ദ്രനെപ്പോലെയും നിശ്ചയമായും ഉൽക്കർഷത്തെയും വിജ്ഞാനാഭിവൃദ്ധിയെയും ലഭിക്കുന്നതും ശക്തിമത്തും ഭാഗ്യപൂർണ്ണവുമായ ഒരവസ്ഥയിൽ എത്തുന്നതുമാകുന്നു.

സിദ്ധികൾ ഏതുതരത്തിലുള്ളവയായായാലും അതെല്ലാം പ്രയത്നത്തിന്റെ ശിരസ്സിനെ അലങ്കരിക്കുന്ന കിരീടവും വിചാരത്തിന്റെ ചൂഡാരത്നവുമാകുന്നു. ആത്മസംയമനം, സ്ഥിരനിശ്ചയം, ഹൃദയശുദ്ധി, ധർമ്മനിഷ്ഠം, ഏകാഗ്രത ഇവയാൽ മനുഷ്യൻ ഉന്നതിയെ പ്രാപിക്കുന്നു. മൃഗസാധാരണമായ രാഗദ്വേഷങ്ങൾ, അലസത, ഹൃദയമാലിന്യം, നിഷിദ്ധാചരണം ഇവയ്ക്ക് അധീനനായിട്ടു മനുഷ്യൻ അധഃപതിക്കയും ചെയ്യുന്നു.

ഒരാൾ ഐഹികമായ ഏറ്റവും ഉയർന്ന പദവികൾ നേടിയെന്നു വരാം; ആദ്ധ്യാത്മികമായി അത്യുന്നതമായ സ്ഥാനങ്ങളിൽ എത്തി എന്നും വരാം. എന്നാലും ഡംഭയുക്തവും സകാമവും, മലിനമായ വിചാരങ്ങൾക്ക് കീഴ്പ്പെട്ടാൽ അയാൾ അധഃപതിച്ചു അശക്തനും ദീനനും ആയിത്തീരുന്നതാണ്.

ശരിയായ വിചാരശക്തിയാൽ സമ്പാദിച്ച കാര്യസിദ്ധികൾ സർവ്വവും സൂക്ഷിച്ചു രക്ഷിച്ചുകൊണ്ടാൽ മാത്രമേ നിലനിൽക്കുന്നുള്ളൂ. സിദ്ധികൈവശമായി കഴിഞ്ഞാൽ പലരും ഉപേക്ഷ കാണിക്കാറുണ്ട്. അവർക്ക് വേഗത്തിൽ വീണ്ടും അധഃപതനമുണ്ടാകുകയും ചെയ്യുന്നു.

ലൌകിക വ്യാപാരങ്ങളിലൊ വിജ്ഞാന വിഷയത്തിലൊ അദ്ധ്യാത്മിക മാർഗ്ഗത്തിലൊ ഉണ്ടാകുന്ന സിദ്ധികൾ എല്ലാം അതാതിൽ പ്രത്യേകം നിയുക്തമായ വിചാരങ്ങളുടെ ഫലങ്ങളാകുന്നു. അവ എല്ലാം ഒരേ നിയമത്താൽ നിയന്ത്രിതങ്ങളും ഒരേക്രമത്തെ അനുസരിച്ച് വർദ്ധിക്കുന്നവയുമാണ്. അവയുടെ സമ്പാദനത്തിന്റെ ഉദ്ദേശ്യങ്ങളിൽ മാത്രമേ വ്യത്യാസമുള്ളൂ.

അല്പകാര്യം സാധിക്കേണമെങ്കിൽ അല്പമായ ത്യാഗം വേണം. അധികകാര്യം സാധിപ്പാൻ അധികമായ ത്യാഗം വേണം അത്യുൽക്കഷ്ടമായ കാര്യം സാധിപ്പാൻ അതിമഹത്തായ ത്യാഗം തന്നെ വേണം.

8

ദർശനങ്ങളും ആദർശങ്ങളും

Enter Caption

സ്വപ്നം കാണുന്നവർ ലോകരക്ഷകരാണ്. ദൃശ്യമായ ലോകം അദൃശ്യമായവയാൽ നിലനിർത്തപ്പെടുന്നതുപോലെ, മാനവരാശി, അവരുടെ എല്ലാ പരീക്ഷണങ്ങളിലൂടെയും

പാപങ്ങളിലൂടെയും ദുഷ്പ്രവൃത്തികളിലൂടെയും, അവരുടെ ഏകാന്ത സ്വപ്നക്കാരുടെ മനോഹരമായ ദർശനങ്ങളാൽ പരി പോഷിപ്പിക്കപ്പെടുന്നു. മനുഷ്യരാശിക്ക് അതിന്റെ സ്വപ്നക്കാരെ മറക്കാൻ കഴിയില്ല; അവരുടെ ആദർശങ്ങൾ മങ്ങാനും മരിക്കാനും അനുവദിക്കാനും കഴിയില്ല.. മാനവരാശി ഉണ്മയായും വസിക്കുന്നത് ഈ സ്വപ്നാടകരിലാണ്.. ഒരു ദിവസം കാണുകയും അറിയുകയും ചെയ്യേണ്ടുന്ന യാഥാർത്ഥ്യങ്ങളായി സ്വപ്നാടകരെ മാനവരാശി അറിയുന്നു.

സംഗീതസംവിധായകൻ, ശിൽപി, ചിത്രകാരൻ, കവി, പ്രവാചകൻ, ഋഷി - ഇവരാണ് പരലോകത്തിന്റെ നിർമ്മാതാക്കൾ, സ്വർഗ്ഗത്തിന്റെ ശിൽപികൾ. ലോകം മനോഹരമായത് അവർ ഉള്ളതുകൊണ്ടാണ്. അവരില്ലാതായാൽ മനുഷ്യത്വം നശിക്കും.

മനോഹരമായ ഒരു ദർശനം, ഉന്നതമായ ആദർശം ഹൃദയത്തിൽ സൂക്ഷിക്കുന്നവൻ ഒരുനാൾ അത് യാഥാർത്യമാക്കും . കൊളംബസ് മറ്റൊരു ലോകത്തെക്കുറിച്ചുള്ള ഒരു സ്വപ്നം ഹൃദയത്തിൽ സൂക്ഷിക്കുകയും അതിനെ കണ്ടെത്തുകയും ചെയ്തു. കോപ്പർനിക്കസ് ലോകങ്ങളുടെയും വിശാലമായ പ്രപഞ്ചത്തിന്റെയും സ്വപ്നം ഉള്ളിൽ വളർത്തി, പിന്നീട് അദ്ദേഹത്തിലൂടെ അത് വെളിപ്പെട്ടു.. അകളങ്കിത സൗന്ദര്യവും, സമ്പൂർണ്ണ സമാധാനവുമുള്ള ഒരു ആത്മീയ ലോകത്തിന്റെ ദർശനം ബുദ്ധൻ കണ്ടു, അദ്ദേഹം അതിനെ കണ്ടെത്തി.

നിങ്ങളുടെ ദർശനങ്ങളെ വിലമതിക്കുക; നിങ്ങളുടെ ആദർശങ്ങളെ വിലമതിക്കുക. നിങ്ങളുടെ ഹൃദയത്തിൽ ഉണർത്തുന്ന സംഗീതം, നിങ്ങളുടെ മനസ്സിൽ രൂപപ്പെടുന്ന സൗന്ദര്യം, നിങ്ങളുടെ ശുദ്ധമായ ചിന്തകളെ പൊതിഞ്ഞ സൗന്ദര്യം എന്നിവയെ വിലമതിക്കുക. എന്തെന്നാൽ,

സന്തോഷകരമായ എല്ലാ സാഹചര്യങ്ങളും, സ്വർഗ്ഗീയ ചുറ്റുപാടുകളും അവയിൽ നിന്ന് വളരും.. നിങ്ങൾ നിങ്ങളുടെ സ്വപ്നങ്ങളോട് വിശ്വസ്തത പുലർത്തുകയാണെങ്കിൽ, നിങ്ങളുടെ ലോകം തീർച്ചയായും നിർമ്മിക്കപ്പെടും.

ആഗ്രഹിക്കുക എന്നാൽ നേടുക; ആഗ്രഹിക്കുക എന്നത് നേടിയെടുക്കലാണ്. മനുഷ്യന്റെ ഏറ്റവും അധമമായ ആഗ്രഹങ്ങൾക്ക് പൂർണ്ണമായ സംതൃപ്തി ലഭിക്കുമോ, അവന്റെ ഉന്നതമായ അഭിലാഷങ്ങൾ ശ്രദ്ധയുടെ അഭാവത്തിൽ യാഥാർത്യമാവാതെ വരുമോ? നിയമം അങ്ങനെയല്ല. അത്തരമൊരു വ്യവസ്ഥ ഒരിക്കലും ഉണ്ടാകില്ല. "ചോദിക്കുകയും സ്വീകരിക്കുകയും ചെയ്യുക."

ഉന്നതമായ സ്വപ്നങ്ങൾ സ്വപ്നം കാണുക, നിങ്ങൾ സ്വപ്നം കാണുന്നതുപോലെ നിങ്ങൾ ആയിത്തീരും. ഒരു ദിവസം നിങ്ങൾ എന്തായിത്തീരുമെന്നതിന്റെ വാഗ്ദാനമാണ് നിങ്ങളുടെ സ്വപ്നം; അന്തിമമായി നിങ്ങൾ അനാവരണം ചെയ്യുന്നതിനെ പ്രവചിക്കുന്നതാണ് നിങ്ങളുടെ ആദർശം.

ഏറ്റവും വലിയ നേട്ടം പോലും ആദ്യം ഒരു സ്വപ്നമായിരുന്നു. ഓക്ക് മരം അതിന്റെ വിത്തിൽ ഉറങ്ങുന്നു; പക്ഷി മുട്ടയിൽ കാത്തിരിക്കുന്നു. ഒരു ആത്മാവിന്റെ ഏറ്റവും ഉയർന്ന ദർശനത്തിൽ ദൈവികത കാത്തിരിക്കുന്നു.. സ്വപ്നങ്ങൾ യാഥാർത്ഥ്യങ്ങളുടെ തൈകളാണ്.

നിങ്ങളുടെ സാഹചര്യങ്ങൾ പരിതാപകരമായിരിക്കാം, എന്നാൽ നിങ്ങൾ ഒരു ആദർശം ഗ്രഹിക്കുകയും അതിൽ എത്തിച്ചേരാൻ ശ്രമിക്കുകയും ചെയ്താൽ നിങ്ങളുടെ സാഹചര്യങ്ങൾ അങ്ങനെ തന്നെ നിലനിൽക്കില്ല. ആന്തരികത്തിൽ സഞ്ചരിച്ചുകൊണ്ട് ബാഹ്യത്തിൽ നിശ്ചലമായി നിൽക്കാൻ നിങ്ങൾക്ക് കഴിയില്ല.

ദാരിദ്ര്യത്താലും കഠിനാദ്ധ്വാനത്താലും ബുദ്ധിമുട്ടുന്ന ഒരു യുവത്വമാണ് ഇവിടെയുള്ളത്. അനാരോഗ്യകരമായ

വർക്ഷോപ്പുകളിൽ ദീർഘനേരം ജോലി എടുത്തും, പരിഷ്കൃത വിദ്യഭ്യാസമില്ലാതെ, ശുദ്ധീകരണ മാർഗങ്ങള് ഒന്നുമില്ലാതെ ജീവിക്കുന്ന അവൻ പക്ഷെ മെച്ചപ്പെട്ട കാര്യങ്ങൾ സ്വപ്നം കാണുന്നു.

അവൻ ബുദ്ധിയെക്കുറിച്ചോ പരിഷ്കരണത്തെക്കുറിച്ചോ ചിന്തിക്കുന്നു. . ജീവിതത്തിന് അനുയോജ്യമായ ഒരു അവസ്ഥയെ അവൻ വിഭാവനം ചെയ്യുന്നു, മാനസികമായി കെട്ടിപ്പടുക്കുന്നു. വിശാലമായ സ്വാതന്ത്ര്യവും, വലിയ കാഴ്ചപ്പാടും അവൻ സ്വന്തമാക്കുന്നു; അശാന്തി അവനെ പ്രവർത്തിക്കാൻ പ്രേരിപ്പിക്കുന്നു, അവൻ തന്റെ എല്ലാ ഒഴിവുസമയങ്ങളും മാർഗങ്ങളും തന്നിൽ ഒളിഞ്ഞിരിക്കുന്ന ശക്തികളുടെയും വിഭവങ്ങളുടെയും വികസനത്തിന് ഉപയോഗിക്കുന്നു.. വർക്ക്ഷോപ്പിന് പിടിച്ചുനിർത്താൻ കഴിയാത്തവിധം വളരെ പെട്ടന്ന് തന്നെ അവന്റെ മനസ്സ് മാറിയിരിക്കുന്നു . ഒരു വസ്ത്രം വലിച്ചെറിയുന്നതുപോലെ അത് അവന്റെ ജീവിതത്തിൽ നിന്ന് വീണുപോകാൻ തക്ക വിധം അവന്റെ മാനസികാവസ്ഥ മാറിയിരിക്കുന്നു. അവന്റെ വികസിക്കുന്ന ശക്തികളുടെ വ്യാപ്തിക്ക് അനുയോജ്യമായ അവസരങ്ങളുടെ വളർച്ചയോടെ, അവൻ അതിൽ നിന്ന് പൂർണ്ണമായും കടന്നുപോകുന്നു. വർഷങ്ങൾക്ക് ശേഷം ഈ യുവാവിനെ ഒരു മുതിർന്ന മനുഷ്യനായി നാം കാണുന്നു. ലോകമെമ്പാടുമുള്ള സ്വാധീനവും ഏതാണ്ട് സമാനതകളില്ലാത്ത ശക്തിയും ഉള്ള ചില മാനസിക ശക്തികളുടെ ഒരു യജമാനനെ അവനിൽ കണ്ടെത്തുന്നു. അവന്റെ കൈകളിൽ ഭീമാകാരമായ ഉത്തരവാദിത്തങ്ങളുടെ ചരടുകൾ വഹിക്കുന്നു; അവൻ സംസാരിക്കുകയും ജീവിതം മാറ്റുകയും ചെയ്യുന്നു; പുരുഷന്മാരും സ്ത്രീകളും അവന്റെ വാക്കുകളിൽ മുറുകെ പിടിക്കുകയും അവരുടെ ജീവിതത്തെ പുനർനിർമ്മിക്കുകയും ചെയ്യുന്നു. സൂര്യനെപ്പോലെ, അവൻ

അസംഖ്യം ഗ്രഹങ്ങൾ ചുറ്റുന്ന സ്ഥിരവും തിളക്കമുള്ളതുമായ കേന്ദ്രമായി മാറുന്നു. അവൻ യുവത്വത്തിന്റെ ഇതിഹാസമായി മാറിയിരിക്കുന്നു. അവൻ തന്റെ ആദർശവുമായി ഒന്നായിത്തീർന്നിരിക്കുന്നു

യുവ വായനക്കാരാ, നിങ്ങളും നിങ്ങളുടെ ഹൃദയത്തിന്റെ ദർശനം (നിഷ്ക്രിയ ആഗ്രഹമല്ല) സാക്ഷാത്കരിക്കും, അത് അടിസ്ഥാനമോ മനോഹരമോ അല്ലെങ്കിൽ രണ്ടും കൂടിച്ചേർന്നതോ ആകട്ടെ. എന്തെന്നാൽ, നിങ്ങൾ ഏറ്റവും ഇഷ്ടപ്പെടുന്നതിലേക്ക് നിങ്ങൾ എപ്പോഴും ആകർഷിക്കപ്പെടും. നിങ്ങളുടെ ചിന്തകളുടെ കൃത്യമായ ഫലങ്ങൾ നിങ്ങളുടെ കൈകളിൽ എത്തും. നിങ്ങൾ സമ്പാദിക്കുന്നത് നിങ്ങൾക്ക് ലഭിക്കും; കൂടുതലുമില്ല , കുറവുമില്ല. നിങ്ങളുടെ ഇന്നത്തെ അന്തരീക്ഷം എന്തുതന്നെയായാലും, നിങ്ങൾ വീഴും, നിലനിൽക്കും, അല്ലെങ്കിൽ നിങ്ങളുടെ ചിന്തകളോടൊപ്പം ഉയരും..നിങ്ങളുടെ അഭിലാഷം പോലെ നിങ്ങൾ നിസാരനോ, മഹാനോ ആയി മാറും.

ചിന്താശൂന്യരും, അജ്ഞരും, അലംഭാവമുള്ളവരും, കാര്യങ്ങളുടെ പ്രത്യക്ഷമായ പ്രത്യാഘാതങ്ങൾ മാത്രം കാണുന്നു, കാര്യങ്ങളെയല്ല, അവർ ഭാഗ്യം, അവസരം എന്നിവയെക്കുറിച്ച് സംസാരിക്കുന്നു. ഒരു മനുഷ്യൻ സമ്പന്നനാകുന്നത് കാണുമ്പോൾ അവർ പറയുന്നു: "എത്ര ഭാഗ്യവാനാണ്!" മറ്റൊരാൾ ബൗദ്ധിക വൈദഗ്ധ്യം നേടുന്നത് നിരീക്ഷിച്ചുകൊണ്ട് അവർ പറയുന്നു , "അയാൾ എത്ര ഉന്നതനാണ്!" മറ്റൊരു വ്യക്തിയുടെ വിശുദ്ധ സ്വഭാവവും വിശാലമായ സ്വാധീനവും ശ്രദ്ധിച്ചുകൊണ്ട് അവർ ഇങ്ങനെ അഭിപ്രായപ്പെട്ടു, "അവസരം അവനെ എങ്ങനെ സഹായിക്കുന്നു!" അവരുടെ അനുഭവം നേടുന്നതിനായി ഈ മനുഷ്യർ നേരിട്ട പരീക്ഷണങ്ങളും പരാജയങ്ങളും

പോരാട്ടങ്ങളും അവർ കാണുന്നില്ല. അവർ ചെയ്ത ത്യാഗങ്ങളെക്കുറിച്ചും, അവർ നടത്തിയ അശ്രാന്ത പരിശ്രമങ്ങളെക്കുറിച്ചും, പ്രത്യക്ഷത്തിൽ മറികടക്കാൻ കഴിയാത്തതിനെ മറികടക്കാനും അവരുടെ ഹൃദയത്തിന്റെ ദർശനം സാക്ഷാത്കരിക്കാനും അവർ അഭ്യസിച്ച വിശ്വാസത്തെക്കുറിച്ച് അവർക്ക് അറിവില്ല. ഇരുട്ടും ഹൃദയവേദനകളും അവർ അറിയുന്നില്ല; അവർ വെളിച്ചവും സന്തോഷവും മാത്രം കാണുന്നു, അതിനെ "ഭാഗ്യം" എന്ന് വിളിക്കുന്നു. ദീർഘവും ദുഷ്കരവുമായ യാത്ര കാണരുത്, എന്നാൽ മനോഹരമായ ലക്ഷ്യം മാത്രം കാണുക, അതിനെ "ഭാഗ്യം" എന്ന് വിളിക്കുന്നു . അവർ പ്രക്രിയ മനസ്സിലാക്കുന്നില്ല, പക്ഷേ ഫലം മാത്രം മനസ്സിലാക്കുന്നു , അതിനെ "അവസരം" എന്ന് വിളിക്കുന്നു.

എല്ലാ മാനുഷിക കാര്യങ്ങളിലും പരിശ്രമങ്ങളുണ്ട്, ഫലങ്ങളുമുണ്ട്. പരിശ്രമത്തിന്റെ ശക്തിയാണ് ഫലത്തിന്റെ അളവുകോൽ.. വൈജ്ഞാനികവും ആത്മീയവുമായ സ്വത്തുക്കൾ പരിശ്രമത്തിന്റെ ഫലങ്ങളാണ്. അവ പൂർത്തീകരിച്ച ചിന്തകളാണ്, നിറവേറ്റപ്പെട്ട ലക്ഷ്യങ്ങൾ ആണ്., സാക്ഷാത്കരിക്കപ്പെട്ട ദർശനങ്ങളാണ്.

നിങ്ങളുടെ മനസ്സിൽ നിങ്ങൾ മഹത്വപ്പെടുത്തുന്ന ദർശനം, നിങ്ങളുടെ ഹൃദയത്തിൽ നിങ്ങൾ ചേർത്തുപിടിക്കുന്ന ആദർശം- ഇതിലൂടെ നിങ്ങൾ നിങ്ങളുടെ ജീവിതം കെട്ടിപ്പടുക്കും; നിങ്ങൾ ഇതായിത്തീരും.

9

സ്വച്ഛരത

Enter Caption

ജ്ഞാനത്തിന്റെ മനോഹരമായ ആഭരണങ്ങളിലൊന്നാണ് മനസ്സിന്റെ ശാന്തത. ആത്മനിയന്ത്രണത്തിനുള്ള ദീർഘവും ക്ഷമാപൂർവവുമായ പരിശ്രമത്തിന്റെ ഫലമാണിത്. അതിന്റെ സാന്നിധ്യം പക്വമായ അനുഭവത്തിന്റെ സൂചനയാണിത്. ചിന്തയുടെ നിയമങ്ങളെയും പ്രവർത്തനങ്ങളെയും കുറിച്ചുള്ള അസാധാരണ അറിവിൻറെ സൂചനയുമാണ്.

ഒരു ചിന്ത പരിണമിച്ച ജീവിയാണ് എന്ന സത്യം എത്രമാത്രം മനസ്സിലാക്കുന്നുവോ അത്രമാത്രം മനുഷ്യൻ ശാന്തനാകുന്നു. മറ്റുള്ളവരും അവരുടെ ചിന്തയുടെ ഫലമാണ് എന്ന് അറിവിലേക്കെത്താൻ ഇത് കാരണമാകുന്നു. ഒരുവൻ ശരിയായ ധാരണ വളർത്തിയെടുക്കുകയും, കാര്യങ്ങളുടെ ആന്തരിക ബന്ധങ്ങളെ കാര്യകാരണങ്ങളാൽ കൂടുതൽ വ്യക്തമായി കാണുകയും ചെയ്യുമ്പോൾ, സംഭ്രമം, സ്തോഭം, ആധി , വിഷാദം എന്നിവ അവസാനിപ്പിക്കുന്നു. അവൻ സമചിത്തതയോടെ, സ്ഥിരതയോടെ, ശാന്തനായി തുടരുന്നു

സ്വയം നിയന്ത്രിക്കാൻ അറിയുന്ന ശാന്തനായ ഒരുവന്, മറ്റുള്ളവരുമായി എങ്ങനെ പൊരുത്തപ്പെടണമെന്നും അറിയാം. അവർ അവന്റെ ആത്മീയ ശക്തിയെ ബഹുമാനിക്കുന്നു. അവനിൽ നിന്ന് പഠിക്കാനും അവനിൽ ആശ്രയിക്കാനും കഴിയുമെന്ന് അവർ കരുതുന്നു. ഒരു മനുഷ്യൻ എത്രത്തോളം അക്ഷുബ്ധനാകുന്നുവോ അത്രയധികം അവൻ വിജയിക്കുന്നു - അവന്റെ സ്വാധീനവും, നന്മയ്ക്കുള്ള ശക്തിയും വർദ്ധിക്കുന്നു. ഒരു സാധാരണ കച്ചവടക്കാരൻ പോലും കൂടുതൽ ആത്മനിയന്ത്രണവും സമചിത്തതയും വളർത്തിയെടുത്താൽ അവന്റെ ബിസിനസ്സ് അഭിവൃദ്ധി വർദ്ധിക്കും, കാരണം ആളുകൾ എപ്പോഴും സമദർശിയായ ഒരു മനുഷ്യനുമായി ഇടപെടാൻ

ഇഷ്ടപ്പെടുന്നു.

ശക്തനും ശാന്തനുമായ മനുഷ്യൻ എപ്പോഴും സ്നേഹിക്കപ്പെടുകയും ബഹുമാനിക്കപ്പെടുകയും ചെയ്യുന്നു. മരുഭൂവിലെ മരുപ്പച്ച പോലെയോ, കൊടുകാറ്റിൽ അഭയസ്ഥാനമാകുന്ന പാറ പോലെയോ ആണ്.

ശാന്തമായ ഹൃദയത്തെ ആരാണ് ഇഷ്ടപ്പെടാത്തത്? മധുരതരമായ, സമതുലിതമായ ജീവിതം ആരാണ് ആഗ്രഹിക്കാത്തത്? മഴ പെയ്താലും വെയിൽ വന്നാലും എന്ത് മാറ്റങ്ങൾ വന്നാലും ഈ അനുഗ്രഹങ്ങൾ ഉള്ളവർ എപ്പോഴും സ്വച്ഛരും ശാന്തരുമായിരിക്കും. നാം ശാന്തത എന്ന് വിളിക്കുന്ന ആ വിശിഷ്ടമായ സ്വഭാവസവിശേഷതയാണ് സംസ്കാരത്തിന്റെ അവസാന പാഠം. അത് ജീവന്റെ പുഷ്പമാണ്, ആത്മാവിന്റെ ഫലം. അത് ജ്ഞാനം പോലെ വിലയേറിയതാണ് - തങ്കത്തെക്കാൾ അഭികാമ്യം. ശാന്തമായ ജീവിതവുമായി താരതമ്യപ്പെടുത്തുമ്പോൾ കേവലം പണമോഹം എത്ര നിസ്സാരമാണ്. സത്യത്തിന്റെ സമുദ്രത്തിൽ, തിരമാലകൾക്ക് താഴെ, കൊടുങ്കാറ്റുകൾക്ക് എത്താനാവാത്ത, നിത്യ ശാന്തതയിൽ കുടികൊള്ളുന്ന ഒരു ജീവിതം!

നമുക്കറിയാവുന്ന എത്രയോ ആളുകൾ സ്ഫോടനാത്മകമായ കോപത്താൽ മധുരവും മനോഹരവുമായ ജീവിതത്തെ നശിപ്പിക്കുന്നു. ഇത്തരത്തിൽ തങ്ങളുടെ സ്വഭാവഗുണം നശിപ്പിച്ച് ദുഷ് രക്തം ഉണ്ടാക്കുന്നു. ഭൂരിഭാഗം ആളുകളും ആത്മനിയന്ത്രണമില്ലായ്മയാൽ ജീവിതം നശിപ്പിക്കുന്നില്ലേ, അവരുടെ സന്തോഷം നശിപ്പിക്കുന്നില്ലേ എന്നത് ഒരു ചോദ്യമാണ്. മനസ്സാന്നിദ്ധ്യം ഉള്ള എത്ര കുറച്ച് ആളുകളെയാണ് നമ്മൾ ജീവിതത്തിൽ കണ്ടുമുട്ടുന്നത്.

ശരി, മാനവരാശി അനിയന്ത്രിതമായ വികാരതള്ളലിലാണ്. അനിയന്ത്രിതമായ വ്യാകുലതയാൽ പ്രക്ഷുബ്ധമാണ്,

ഉത്കണ്ഠയും സംശയവും കൊണ്ട് വീർപ്പുമുട്ടുന്നു. ജ്ഞാനിയായ മനുഷ്യനു മാത്രമേ - തൻറെ ചിന്തകളെ നിയന്ത്രിക്കുകയും ശുദ്ധീകരിക്കുകയും ചെയ്യുന്ന- അവനു മാത്രമേ ആത്മാവിൻറെ പ്രക്ഷുബ്ധതയെ നിയന്ത്രിക്കാൻ കഴിയൂ.

കൊടുങ്കാറ്റിൽ ആടിയുലയുന്ന ആത്മാക്കളേ, നിങ്ങൾ എവിടെയായിരുന്നാലും, ഏത് സാഹചര്യത്തിലും നിങ്ങൾ ജീവിച്ചാലും, ഇതറിയുക: ജീവിതത്തിൻറെ മഹാസമുദ്രത്തിൽ അനുഗ്രഹീതത്തിൻറെ ദ്വീപുകൾ പുഞ്ചിരിക്കുന്നു, നിങ്ങളുടെ ആദർശത്തിൻറെ സണ്ണി തീരം നിങ്ങളുടെ വരവിനായി കാത്തിരിക്കുന്നു. നിങ്ങളുടെ കൈകൾ ചിന്തയുടെ ചുക്കാൻ പിടിക്കുക. ആജ്ഞാപിക്കുന്ന യജമാനൻ നിൻറെ ആത്മാവിൻറെ ഉള്ളിൽ ചാരിക്കിടക്കുന്നു; അവൻ ഉറങ്ങുന്നു; അവനെ ഉണർത്തുക. ആത്മനിയന്ത്രണം ശക്തിയാണ്. ശരിയായ ചിന്തയാണ് വൈദഗ്ധ്യം. ശാന്തതയാണ് ശക്തി. നിങ്ങളുടെ ഹൃദയത്തോട് പറയുക: "സമാധാനം. നിശ്ചലമായിരിക്കുക."

കൊടുങ്കാറ്റിൽ ആടിയുലയുന്ന ആത്മാക്കളേ, നിങ്ങൾ എവിടെയായിരുന്നാലും, ഏത് സാഹചര്യത്തിൽ നിങ്ങൾ ജീവിച്ചാലും, ഇതറിയുക: ജീവിതമാകുന്ന മഹാസമുദ്രത്തിൽ അനുഗ്രഹീതത്തിൻറെ ദ്വീപുകൾ പുഞ്ചിരിയോടെ കാത്തിരിക്കുന്നു, നിങ്ങളുടെ ആദർശത്തിൻറെ പ്രഭാപൂർവ്വമായ തീരം നിങ്ങളുടെ വരവിനായി കാത്തിരിക്കുന്നു. നിങ്ങളുടെ കൈകൾ കൊണ്ട് ചിന്തയുടെ ചുക്കാൻ പിടിക്കുക. നിങ്ങളുടെ ജീവിതത്തെ നിയന്ത്രിക്കാൻ കഴിവുള്ള യജമാനൻ നിൻറെ ആത്മാവിനുള്ളിൽ ശയിക്കുന്നു . അവൻ ഉറങ്ങുന്നു; അവനെ ഉണർത്തുക. ആത്മനിയന്ത്രണം ശക്തിയാണ്. ശരിയായ ചിന്തയാണ് മേൽക്കോയ്മ . ശാന്തതയാണ് ശക്തി. നിങ്ങളുടെ ഹൃദയത്തോട് പറയുക: "ശാന്തമായിരിക്കൂ സമാധാനമായിരിക്കൂ ."